संतांच्या अम्लानकथा

संतांच्या अम्लानकथा

प्रा. माधव ना. आचार्य

डायमंड पब्लिकेशन्स

संतांच्या अम्लानकथा

प्रा. माधव ना. आचार्य

Santanchya Amlankatha
Prof. Madhav N. Acharya

प्रथम आवृत्ती : २०१२

ISBN 978-81-8483-445-1

© लेखक

अक्षरजुळणी : अक्षरवेल, पुणे

मुखपृष्ठ : शाम भालेकर

मुद्रक : Repro India Ltd, Mumbai.

प्रकाशक
डायमंड पब्लिकेशन्स
१२५५ सदाशिव पेठ
लेले संकुल, पहिला मजला
निंबाळकर तालमीसमोर, पुणे ४११ ०३०.
☎ ०२० – २४४५२३८७, २४४६६६४२

diamondpublications@vsnl.net
www.diamondbookspune.com

प्रमुख वितरक
डायमंड बुक डेपो
६६१ नारायण पेठ, अप्पा बळवंत चौक
पुणे ४११ ०३०. ☎ ०२० – २४४८०६७७

मूल्य : ₹ १२५/-

आतां आत्मप्रभा नीच नवी। ते चि करूनि ठाणदिवी ।
जो इंद्रियांतें चोरूनि जेवी । तेयासी च फावे ।।

(ज्ञानदेवी – ६:२३)

आभार

संतसाहित्य कोशकर्ते श्री. रा. शं. नगरकर यांनी हस्तलिखित वाचून प्रकाशनयोग्य असल्याचे कळविले व स्वत:च ते प्रकाशकांकडे नेऊनही दिले.

डायमंड पब्लिकेशन्सचे श्री. द. गं. पाष्टे यांनी ते लगेच स्वीकारून प्रकाशात आणले.

माझी धाकटी सुविद्य कन्या सौ. शुभांगी ठाकूर हिने सर्व प्रकारची व्यावहारिक धावपळ केली.

या सर्वांचे मन:पूर्वक आभार.

मा. ना. आचार्य

अनुक्रम

‘ठाणवई’

संत साहित्याचा अभ्यास अनेक अंगांनी झालेला आहे. तरीही तेथे अजून ‘कितीतरी भुई नांगरल्याविण’ पडलेली आहे.

अर्थात ज्यांना हे साहित्य कालबाह्य वाटते, त्यांना काय सांगावे ? सांगणे झालेच तर पुन्हा केशवसुतांचेच शब्द उसने घ्यावे लागतील. ‘आम्ही कोण ?’ मध्ये ते म्हणतात.

‘आम्हांला वगळा गतप्रभ झणी होतील तारांगणे
आम्हांला वगळा विकेल कवडीमोलावरी हे जिणे.’

याप्रमाणेच संतसाहित्य जर वगळले, तर मराठीतील अस्मिता, सौंदर्य व मराठी बाणाच विसरल्यासारखे होईल. (फडकुले ११) हा महाराष्ट्र देश, ही मराठी भाषा व ही संपन्न मराठी संस्कृती या युगातही जिवंत आहे, ती संतांमुळेच.

आणि याचे कारण असे की, संत जीवनाच्या केवळ अशाश्वत, बदलत्या बाह्य रूपांत अडकले नाहीत. ज्ञानदेव म्हणतात,

एया उपाधिमाझि गुप्त। चैतन्य असे सर्वगत।
तें तत्त्वज्ञ संत। स्वीकरीति।। (ज्ञान २.१२६)

उपाधी हे सतत बदलते वस्तुरूप. संतांच्या परिभाषेत माया. हा प्रपंच, त्यातील इंद्रियविषय, विकारांचा गलबला, त्यातून निर्माण होणारी सुखदुःखे- या सर्व उपाधी.

या उपाधींमागे दडलेले असते चैतन्य. तुकोबा देवाला सांगतात,

उपाधीवेगळे तुम्ही निर्विकार। कांहींच संसार तुम्हां नाहीं।।
ऐसें मज करूनी ठेवा नारायणा। समूळ वासना नुरवावी।। (२२९२)

आणि तुकोबांची साधना अशी कठोर, की देवाने हे ऐकले. आपल्या अशा सर्वोच्च अवस्थेचे वर्णन करताना ते म्हणतात,

उपाधीचे बीज। जळोनि राहिलें सहज।
आम्हां राहिली ते आतां। चाली देवाचिया सत्ता।।(२२०१)

मात्र असे सर्वगत चैतन्य गवसल्यामुळे मुक्त झालेले संत उपकारार्थ उरतातच. ज्ञानदेव सांगतात,

जें पुडुतीं पुडुतीं पार्था। हे सकललोकसंस्था।
रक्षणीय गा सर्वथा। म्हणौनियां।।
मार्गाधारें वर्तावें। विश्व हें मोहरे लावावें।
अलौकिका नोहावें। लोकांप्रति।। (ज्ञान ३.१६८-१६९)

या भूमिकेतून संत बोलले. पुन्हा ते जे बोलले ते स्वानुभवाचे बोलले. तुकोबा म्हणतात,

नव्हती हाततुके बोल। मूळ ओल अंतरिंची।।(२८४५)

या अंतरीच्या जिव्हाळ्यामुळेच त्यांचे बोल हे 'आईचे बोल' आहेत. संस्कृत साहित्यशास्त्र सांगते, बोध वा उपदेश हा तीन प्रकारचा असतो, प्रभुसंमित, सुहृत्संमित व कांतासंमित. परंतु संतांचा बोध या प्रकारांनी मोजता येत नाही. कारण हे प्रकार शृंगारादी अष्टरसात्मक काव्यापुरते मर्यादित आहेत. संतांचे काव्य हे शांतरसप्रधान. म्हणून या प्रकारांत आणखी एक भर घालायला हवी. ती म्हणजे 'मातृसंमित.' (मोरे – त्रयोदशी २८ ते ३०)

ज्ञानदेवीत हा मातृभाव सर्वत्र भरून उरला आहे. म्हणूनच तो ग्रंथकार व तो ग्रंथ 'माउली' म्हणून संबोधले जातात.

या अशाश्वताच्या पसाऱ्यातील सुखदुःखात्मक जीवन व्यतीत करताना, त्यापलीकडे जाऊन शाश्वताचा प्रकाश दाखविणारे हे संतसाहित्य हा एक आईचा दिलासा आहे.

असे काय एवढे केले संतांनी ? त्यांनी गायिली चरित्रे रामकृष्णांची. स्वानुभवांतून स्वतःची चरित्रे सांगता, सांगता अन्य संतांचीही चरित्रे सांगितली. त्यांनी गीतार्थ सुरूप केला. भागवतार्थ गगनव्यापी केला. त्यांनी सर्व देवांचा 'विठ्ठल' केला. भजनभक्तीला ज्ञानाचा डोळा दिला. स्वधर्म प्रतिष्ठित केला. वैषम्याची धार बोथट केली. माणसाला प्रेम दिले. नीतीला बिढार दिले..... आणि पुन्हा हे सर्व केले ते फक्त सामान्य जनांच्या भाषेत.

ठीक. पण त्यांचे हे त्यावेळचे सांगणे आज कशाला ऐकायला हवे ?

कशाला, ते एका अभ्यासकांच्या साक्षीनेच सांगतो, 'अखिल जगाचे एक सुंदर सुखी चित्र काढावे, असे माणसाचे सामर्थ्य आज वाढलेले आहे. पण हे सामर्थ्य तो अखिल मानव कल्याणासाठी वापरीत नाही. मी, माझी जात, माझी जमात, माझा

धर्म (?) यांसाठी तो अहंकारी, अंध बनून स्वत:सह सर्वांच्या विनाशासाठी आपले सामर्थ्य पणाला लावीत आहे. विज्ञान, तंत्रज्ञान, व्यापारउदीम यांवर सद्धर्माचे नियंत्रण पाहिजे. राज्य दैवी संपत्तीच्या पुरुषांच्या हाती पाहिजे. तरच हे प्रचंड भौतिक सामर्थ्य सर्वजन सुखाय व सर्व लोकहिताय होऊ शकेल. जगातली कुठलीही लोकशाही असो, ती गीता-ज्ञानेश्वरीतील स्वधर्मनिष्ठतेवर आधारलेली, पोसलेली व उंचावलेली हवी.' (कुलकर्णी व. दि.....१२)

संत साहित्यातील अशी ही चिरंजीव चैतन्याची अमृतधारा आईच्या वत्सल कथनांतून आपल्यापर्यंत आलेली आहे. त्यांतील काही भागांशी झालेला संवाद शब्दांकित करण्याच्या नम्र उद्योगातून हे लेखन घडलेले आहे.

आपले म्हणणे जनमनापर्यंत सहज पोहोचावे म्हणून संत दृष्टान्त देतात, कथा सांगतात व चरित्रांतील घटनाप्रसंगांचे सहेतुक निवेदन करतात. अशी विविध कथारूपे न्याहाळता न्याहाळता केलेली ही एक आनंदयात्रा आहे.

संतांचे बोलणे प्राय: दृष्टान्तपर असते. दृष्टान्त म्हणजे दाखला. ज्या श्रोत्यांना काही सांगावयाचे असते, त्यांच्या जे अनुभवाचे असते, त्यातीलच एखादे उदाहरण म्हणजे दृष्टान्त.

दृष्टान्त हा काव्यातील एक अलंकारही आहे. तो औपम्यमूलक आहे. काव्यशास्त्र त्याचे लक्षण पुढीलप्रमाणे करते - 'दृष्टान्तस्तु सधर्मस्य वस्तुत: प्रतिबिंबनम्।' - (विश्वनाथकृत 'साहित्यदर्पण') उपमेय व उपमान यांमधील बिंबप्रतिबिंबभाव तेथे महत्त्वाचा असतो.

व्यवहारातही आपण आपले म्हणणे ऐकणाऱ्याला नीट कळावे म्हणून दृष्टान्त वा दाखले देतच असतो. हे दृष्टान्त जरी काव्यशास्त्रातील उपरोक्त काटेकोर लक्षण अनुसरत नसले, तरी त्यांच्या बुडाशी सुप्त औपम्य असतेच. त्या बळावरच ऐकणारा ज्ञाताकडून अज्ञाताकडे जातो.

असे दृष्टान्त देऊन तत्त्वबोध करण्याची रीती वेदोपनिषदांइतकी जुनी आहे. ती बहुतेक धर्मग्रंथांत भेटते. या दृष्टान्तामध्ये अनेक कथाबीजे आढळतात; काही कथनेही आढळतात.

वैदिक वाङ्मयातील काही कथाबीजांतून नंतरच्या साहित्यात अनेक विस्तीर्ण कथारूपके निर्माण झालेली आहेत. बौद्ध धर्मग्रंथांतील 'जातककथा' प्रसिद्धच आहेत. बायबलमध्येही अनेक उपदेशप्रधान कथा येतात. व्यावहारिक बोधकथांसाठी 'पंचतंत्र' प्रसिद्धच आहे.(टीप - एक पहा.)

या पार्श्वभूमीवर जेव्हा आपण प्राचीन मराठी वाङ्मयाकडे येतो. तेव्हा महानुभावीय

'दृष्टान्तपाठ' भेटतो. पंथाचे एक प्रमुख संस्थापक-प्रवर्तक श्रीचक्रधर हे अनेकवेळा तत्त्वसूत्र स्पष्ट करण्यासाठी दृष्टान्त देत असत. त्यांच्या शिष्य परंपरेतील केशवराजसूरी / केशिराजबास यांनी त्यापैकी काही दृष्टान्त दार्ष्टांतिकासह 'दृष्टान्तपाठा'त एकत्र केलेले आहेत. (रचना- इ.स. १२८० - १२८६ चा सुमार) या कथा जरी मुळात तत्त्वबोधार्थ आलेल्या असल्या तरी काहींना स्वतंत्र अशी कथारूपे मिळालेली आहेत.

ज्ञानदेवीतही अनेक दृष्टान्त येतात. त्यामध्ये काही दृष्टान्तांमध्ये स्वतंत्रपणे विकसित होऊ शकणारी कथाबीजे आढळतात. काही वेळा ज्ञानदेव दृष्टान्तादाखल असे एखादे प्रसंगचित्र रेखाटतात की त्याचा एक स्वतंत्र कथा म्हणूनही आपण आस्वाद घेऊ शकतो. असाच प्रकार एकनाथांच्या भागवतटीकेतही मिळतो. तुकोबांचे काही अभंग तर उत्तम लघुकथाच असतात. याचा अधिक विचार यथास्थल करू.

दृष्टान्तपाठामध्ये, 'दृष्टाचा अंतीं अदृष्ट बुझवीले : म्हणौनी दृष्टान्त बोलिजे', असे लक्षण येते. स्वाभाविकच (पूर्वी नोंदल्याप्रमाणे) येथे लौकिक दाखल्यांतून अज्ञात धर्मसूत्र स्पष्ट केलेले असते.

या विशेषाचा पुनरुल्लेख येथे मुद्दामच केला आहे. कारण थोडे विषयांतर करून त्या दृष्टान्तांमुळे निर्माण होणाऱ्या एका गैरसमजुतीचे निराकरण करावयाचे आहे.

हे दाखले लोकजीवनातील असल्यामुळे, ह्या कवींनी स्वकालीन जीवनव्यवहार, श्रद्धाविषय, सामाजिक समजुती, धर्मविधी इत्यादींचा आधार घेणे स्वाभाविक असते. मात्र याचा अर्थ नव्हे की, त्या समजुती, श्रद्धा व लोकाचार या संतकवींना मान्य असतात. परंतु अनेक वेळा असे होते की त्या दाखल्यांवरच भर देऊन संतांना प्रतिगामी, जातीय व अंधश्रद्धेचे पुरस्कर्ते मानून त्यांचा अधिक्षेप केला जातो.

या संदर्भात ज्ञानदेवांनीच सूचित केलेल्या एका न्यायाचा उल्लेख करू. ज्ञानदेवी, अ. १५ मध्ये एक प्रसंग आहे. अर्जुनाने श्रीकृष्णाला त्याच्या 'उपाधिरहित' स्वरूपासंबंधी प्रश्न केला. परंतु श्रीकृष्णाने उपाधी सांगण्यासच आरंभ केला. असे त्याने का केले ? ज्ञानदेव सांगतात.

पाडिवेयाची चंद्ररेखा। निरुता दावावेया शाखा।
दाविजे तेविं औपाधिका। बोली इया।। (ज्ञान १५.४३७)

प्रतिपदेची चंद्रकोर नेमकी दाखविण्यासारखी, ती ज्या वृक्षाच्या फांदीजवळ असते, ती फांदी दाखवावी लागते. तसेच हे उपाधींचे वर्णन आहे.

येथे ज्ञानदेवांनी प्रसिद्ध 'शाखाचंद्रन्याय' सूचित केला आहे. (टीप दोन पहा.)

तेव्हा शाखा व चंद्र यांपैकी महत्त्व असते चंद्राला. परंतु अनेक वेळा शाखांबरोबर

कवीच्या चरित्रावरही कुऱ्हाड चालवली जाते.

ज्ञानदेवीतीलच एक उदा. घेऊ. भगवद्गीतेच्या तिसऱ्या अध्यायात स्वधर्माची महती सांगताना, 'श्रेयान् स्वधर्मो विगुण: परधर्मात् स्वनुष्ठितात्' (= स्वत:चा धर्म जरी गुणांनी उणा असला तरी सरस अशा परधर्मापेक्षा श्रेष्ठ आहे.) (गीता ३.३५) हा विचार येतो. तो स्पष्ट करताना ज्ञानदेवांनी तीन दृष्टान्त दिले आहेत. त्यांपैकी एक असा-

सांघें शूद्रगृहीं आघवीं। जऱ्हैं पक्वान्नें आथिबरवीं।
तियें द्विजें केवि सेवावीं। दुबला जऱ्हैं।। (ज्ञान ३. २१६)

आता यावरून ज्ञानदेव हे जातिवैषम्य मानणारे सनातनी ब्राह्मण होते, असा निष्कर्ष काढणे कितपत योग्य ठरते? कारण पुढे त्यांनी अशा वैषम्यासाठी प्रत्यक्ष वेदांनाही बोल लावला आहे. (ज्ञान १८.१४४७)

अशा तऱ्हेने केवळ दृष्टान्ताधारे आरोप ठेवणे झाल्यास त्यांतून तुकोबाही सुटणार नाहीत. (पहा. तुकाराम - ३९२२,४०२६) दुसरी गोष्ट अशी की ज्ञानदेवांच्या काही दृष्टान्तांवरून तर त्यांच्यावर भलतेच आरोप करण्याचा प्रसंग येईल. (ज्ञान १७.२९३ ते ९९) येथील तामसदानाचे उदा. म्हणून त्यांनी जे तमाशाचे चित्र रंगविले आहे, त्यावरून त्यांना 'पक्के तमासगीर' म्हणण्याची वेळ येईल.

संतकाव्य वाचीत असताना त्यांतील दृष्टान्तांच्या बाबतीत जो विवेक बाळगावा लागतो. त्याचे भान ठेवावे म्हणून हे विषयांतर केले. आता पुन्हा मूळ विषयाकडे जाऊ.

प्रस्तुत संग्रहात ज्ञानदेव व एकनाथ इत्यादींच्या काही दृष्टान्तांना कथारूप देताना दृष्टान्तपाठातील रचनेची वा परंपरागत कहाण्यांची तर क्वचित औपनिषदिक कथेची कथन- सरणी अनुसरली आहे. त्यांचा उलगडा त्या त्या कथांवरील टिपांमध्ये काही ठिकाणी केलाच आहे.

यांतील काही दृष्टान्तकथांचा 'रूपककथा' म्हणूनही विचार करता येईल. रूपकामध्ये उपमेय व उपमान यांमध्ये अभेद असतो. येथेही निवेदित वाच्यार्थ व ध्वनित करावयाचा मूल्यार्थ यांमध्ये अभेद असतो. अर्थात महत्त्व असते ते सूचितार्थालाच. कथनाचा देह व अध्यात्मसूत्राचे चैतन्य असे संतांच्या या प्रकारच्या रूपककथांचे रचनासूत्र असते.

आता संतकाव्यात जी चरित्रे येतात त्यांतील कथारूपांचा थोडा विचार करू, नामदेव, एकनाथ इत्यादींच्या अभंगात कृष्णलीला येतात. या प्राय: भागवती कथेवर आधारित असल्या तरी त्यांमध्ये काही स्वतंत्र प्रसंगकथाही येतात. उदा. नामदेवांच्या

कृष्णलीलापर अभंगांमध्ये महाबळभटाची फजिती, खंडोबाचे पूजन, संकष्टचतुर्थीचे व्रत असे काही भागवतात नसलेले प्रसंग आले आहेत. येथे नामदेवांनी लोककथा, नवसकथा यांचा आधार घेतला आहे. त्या कथांच्या निवेदनात उघडच काही अंधश्रद्धांचा निषेध सुचविलेला आहे. असाच भाग एकनाथांच्या रामकथेतील व रुक्मिणी स्वयंवरातील काही स्वतंत्र प्रसंगकथांमध्ये आहे. तेथेही नाथांना बाह्य धर्मावडंबरावर टीका करावयाची आहे. त्यांच्या रामकथेत काही वेळा मूळ घटनांना थोडे वेगळे वळण दिलेले असते. त्याचा रोखही सत्त्वगुणाच्या जागृतीकडे असतो. (टीप तीन पहा.)

संतांनी जी अन्य संतांची चरित्रे लिहिली आहेत, त्यांमध्ये अनेक चमत्कार येतात. आता, चरित्र म्हटले की त्या व्यक्तीच्या जीवनात घडलेल्या वास्तव घटनांचे निवेदन अपेक्षित असते. त्यामुळे चमत्कारांवर भर देणारी ही संतचरित्रे केवळ अद्‌भुतकथा म्हणून डावलण्याचा मोह होतो, परंतु या घटनांकडे वेगळ्या दृष्टीने पाहवे लागते. त्यांचे वास्तव भौतिकसंबद्ध नसते. त्यांचा संबंध नामदेवनिर्मित विठ्ठलाच्या 'मिथ्' शी जोडता येईल. (टीप चार पहा.) त्या दृष्टीने त्यांना हवे तर 'मिथ्यकथा' म्हणावे. या चरित्रकथांमध्ये सामाजिक समतेच्या बोधासाठी विशिष्ट प्रसंगाला एक सहेतुक वळण दिलेले असते. त्या अर्थाने त्या 'बोधकथा' आहेत. ह्या कथांच्या अंगी असलेले संदर्भसूचकत्व लक्षात घेता त्यांना 'ध्वनिकथा' ही म्हणता येईल.

काय असते या कथांमध्ये ? तेथे देवावरील डोळस श्रद्धा असते, सकाम उपासनेचा निषेध असतो; स्वधर्माची चाड असते. अहंकाराचे विसर्जन असते; समतेचे अधिष्ठान असते, भेदवृत्तीला तिलांजली दिलेली असते व माणसांमाणसांमधील मैत्रभावाला निमंत्रण असते. अशा प्रकारे या कथा शेवटी कालातीत जीवनमूल्यांकडे नेणाऱ्या असतात.

आता, यथास्थल विचार करू, असे म्हणून बाजूला ठेवलेला तुकोबांच्या अभंगांचा विषय घेऊ.

तुकोबांच्या काही अभंगांमध्ये ज्या कथा भेटतात त्यांचा 'लघुकथा' म्हणून विचार केला गेलेला आहे. (टीप - पाच पहा.) वास्तविक त्याही दृष्टान्तपरच आहेत. तुकोबा एखादा बोधपर विचार व्यक्त करण्यासाठी व प्रचलित लोककथा, पुराणीची कथा वा लोकानुभव यांवर आधारित प्रसंगचित्र वा व्यक्तिचित्र रेखाटतात. हे चित्रण एका अभंगाच्या मर्यादेत अवतरते. त्यामुळे त्याला एखाद्या लघुतम कथेचे रूप प्राप्त होते. त्यामुळे दृष्टान्तांदाखल आलेले हे चित्रण स्वतंत्र कथा म्हणून उल्लेखिले जाणे स्वाभाविक ठरते.

खरे म्हणजे या एक प्रकारच्या 'स्फुटकथाच' आहेत. हा शब्द वापरला की कै. ह.

ना. आपटे यांच्या 'स्फुट गोष्टी'चे स्मरण होणे शक्य आहे. हरिभाऊंनी आपल्या कादंबऱ्यांना 'आजकालच्या गोष्टी' म्हटले आहे. त्यामुळे कादंबरीपेक्षा आकाराने लहान असणाऱ्या या गोष्टींना त्यांनी 'स्फुट' म्हटले असावे. काव्याच्या क्षेत्रातही महाकाव्य, खंडकाव्य यांच्या बरोबरीने 'स्फुट' काव्यांचा उल्लेख करताना हा सापेक्षार्थच गृहीत असतो.

परंतु येथे 'स्फुट कथा' असे म्हणताना 'स्फुट' या शब्दातील धात्वर्थ अभिप्रेत आहे. स्फुट् (६प.) म्हणजे उमलणे वा विकसित होणे. हा अर्थ मनी ठेवून तुकोबांचे हे अभंग पाहिले की त्यांमध्ये स्वतंत्रपणे उमलणारी कथारूपे जाणवू लागतात. त्या दृष्टीने त्यांना 'स्फुट कथा' म्हणण्यास हरकत नसावी.

अशा प्रकारे दृष्टान्तकथा / रूपककथा, चरित्रकथा / ध्वनिकथा व स्फुट कथा अशी विविध कथारूपे अनुभवताना ज्या कथनसरणी सुचल्या त्यांचे हे एक नम्र संकलन आहे.

मूळ कथांमध्ये निवेदक आहे, लोकसंग्रहार्थ कर्म करणारा संत. स्वाभाविकच त्याचे निवेदन सहेतुक आहे. तेथे प्रयोजन आहे लोकजागृतीचे. त्यानुसार तो कृष्णकथेला वळण देतो; रामकथेमध्ये स्वतंत्र प्रसंगांची भर घालतो; संत चरित्रांमध्ये भगवद्प्रेम अनुभवतो; दृष्टान्तकथांमध्ये प्रतिबिंबाला बिंबाकडे वळवतो; रूपककथांमध्ये अभेदाच्या वाटेने जातो.

यामागे त्याची साधना असते. त्या साधनेचे फलित अशा 'यो बुद्धेः परतस्तु सः' ची भेट असते. (टीप - सहा पहा) हळूहळू त्याची निवेदक ही भूमिका व श्रोत्याची श्रोता ही भूमिका या एकमेकीत विरून जातात. त्या दोघांचे संवादाच्या बोहल्यावर लग्न लागते. (टीप - सात पहा)

अशी समरसता अनुभवल्यानंतर तो श्रोता आता निवेदक झाला आहे. त्याच्या क्षमतेनुसार तो मूळ कथांचे नव्याने कथन करीत आहे. अर्थात असे करताना त्याला मूळ कथांतील मूल्यार्थांची जपणूक करावयाची आहे. त्याला स्वातंत्र्य आहे. ते फक्त कथनसरणीपुरते.

या सर्व कथांतून सूचित होणारी जीवनमूल्ये ही सदैव नवप्रत्यग्र राहणारी चैतन्यमूल्ये आहेत. म्हणूनच ह्या कधीही कोमेजून न जाणाऱ्या कथांना 'अम्लान कथा' म्हणता येईल.

संत उपाधीवेगळे; त्यामुळे 'कोणी निंदा कोणी वंदा' च्या पलीकडे गेलेले. पण आपण तर अजून इथलेच. म्हणून गंधमादनावरील ही नितसुगंधी फुले त्यांच्या चरणी अर्पण करून 'अनुजानाम'

टिपा :

(एक) अत्रोक्त कथांच्या काही मराठी भाषांतरांच्या नोंदी - जिज्ञासूंसाठी.

- *वेदांतील गोष्टी* (भाग १ व २) वि. कृ. श्रोत्रीय. प्रथमावृत्ती १९३७; सातवी आवृत्ती १९८८
- *उपनिषदांतील कथा :* म. बा. कुलकर्णी (१९५६)
- *जातककथा* - जातककथासंग्रह - धर्मानंद कोसंबी (१९२४)
  - जातकांतील निवडक गोष्टी - चिं. वि. जोशी (१९३०)
  - सिद्धार्थजातक - दुर्गा भागवत (१९७५)
- पंचतंत्र - 'पंचोपाख्यान' अनुमानित लेखनकाल १४ वे शतक संपादक - वि. भि. कोलते (१९७९)
  - 'संपूर्ण पंचतंत्र'. (प्रामाणिक मराठी भाषांतर)
    (प्रस्तावना - रा. चिं ढेरे)
    भाषांतर = ह. अ. भावे (१९७७)
- 'येशूची शिकवण'-बायबलमधील बोधकथा.
  मूळ लेखक - काउंट लिओ टॉलस्टॉय
  मराठी अनुवाद - कुंदर दिवाण (१९५४)

(दोन) 'शाखाचंद्रन्याय'. न्याय = म्हण, दृष्टान्त, दाखला.

- संस्कृत कोश अशा न्यायांची माहिती देतात.
  आणखी पहा-
- 'लौकिक न्यायकोश'- डॉ. प्रमोद लाळे.
- 'ज्ञानेश्वरीतील न्यायदर्शन' - (लेख) रा. शं. नगरकर
  मासिक - बापरखुमादेवीवरू - (जाने-फेब्रु. २००९)

शाखाचंद्रन्याय - ज्याप्रमाणे चंद्रकोर दाखविण्यासाठी एखाद्या फांदीचा आधार घेतला जातो त्याप्रमाणे स्थूल वा ज्ञात वस्तू दाखवून सूक्ष्म वा अज्ञात वस्तूचे ज्ञान देणे.

(तीन) संतांनी मूळ रामकृष्णांच्या कथांना जे वेगळे वळण दिलेले असते. त्यावरून त्यांच्या अशा कथांना 'प्रक्षिप्त कथा' म्हणता येईल का, असा प्रश्न निर्माण होण्याची शक्यता आहे. त्याचे निराकरण करायला हवे.

'अॅपॉक्रिफल स्टोरीज' ला 'प्रक्षिप्तकथा' हा प्रतिशब्द योजण्यात येतो.

'अॅपॉक्रिफा' हा शब्द बायबलच्या संदर्भातील आहे. जुन्या करारातील ज्या भागांचा कर्ता संशयास्पद वाटला, ते भाग धर्मसुधारणा काळात बायबलमधून वगळण्यात

आले. अशा संदिग्ध प्रामाण्य असणाऱ्या भागांना 'ॲपॉक्रिफा' असा शब्द आहे.

विद्युल्लेखा अकलूजकर यांनी 'प्रक्षिप्तकथा : युरोपीय आणि भारतीय' या लेखात (सत्यकथा, ऑगस्ट १९८२)या कथा प्रकाराचे मार्मिक विवेचन केले आहे.

'कॅरल चॅपक' (१८९० ते १९३८) हा चेक साहित्यिक. त्याचा 'ॲपॉक्रिफल स्टोरीज' हा ग्रंथ प्रसिद्ध आहे. त्यामध्ये त्याने, ज्या कथांच्या मूलाधाराबद्दल शंका आहे अशा धर्मग्रंथांत मागाहून घुसडल्या गेलेल्या कथांचे निवेदन केले आहे. अशा कथांकडे चॅपकने वेगळ्या दृष्टिकोनातून पाहिले आहे. त्यामुळे त्याने मूळ कथांतील रूढ निष्कर्षांहून वेगळे असणारे निष्कर्षही काढले आहेत.

श्रीमती अकलूजकरांनी उक्त लेखात कॅरल चॅपकच्या दोन कथांचा सविस्तर परिचय करून दिला आहे. त्यांच्या बरोबरीनेच 'भारतीय प्रक्षिप्त कथा' म्हणून त्यांनी रामायणातील एका प्रसंगाला तुलसीदासाने जे वेगळे वळण दिले आहे, त्याची चर्चा केली आहे. त्यांच्या मते चॅपक व तुलसीदास यांच्या व्यक्तिमत्त्वांत जो भेद आहे. त्यामुळे त्यांच्या कथाही वेगवेगळ्या दिशांनी विकसित होतात. चॅपक हा तत्त्वचिंतक होता; सामान्य माणसाचा पाठपुरावा करणारा मानवतावादी होता. शिवाय त्याला साहित्यातील नाट्याची, नाट्यछद्माची आणि शोकांतिकेची चांगली जाणीव होती. याउलट तुलसीदास हा प्रथम भक्त होता, नंतर कवी. त्यामुळे चॅपक हा जीवनातील ठसठसणारे प्रश्न सूचित करण्यात अधिक यशस्वी झाला आहे.

संतांनी रामकृष्णांच्या कथा सांगताना मूळ प्रसंगांना काही ठिकाणी वेगळे वळण दिले आहे. तर काही प्रसंग नव्यानेही घातले आहेत, हे खरे. परंतु त्यांचा रोख अध्यात्मनिष्ठ, भक्तिसंमित समतेच्या प्रश्नाकडे आहे; मूळ कथेच्या अनेकांगी जीवनशोधाकडे नाही. चॅपकच्या प्रक्षिप्तकथा आशय व व्याप्ती या दृष्टींनी याहून खूपच वेगळ्या आहेत.

(चार) विठ्ठलाची 'मिथ्'

- ही संकल्पना मांडताना प्रा. म. वा. धोंड म्हणतात, 'नामदेवांच्या शैलीचा एक विशेष म्हणजे, त्यांना जेव्हा एखादा विचार सांगावयाचा असतो, तेव्हा ते तो विचार एखाद्या कथेच्या द्वारे सांगतात. ती कथा स्वत:संबंधी वा एखाद्या संतासंबंधी असते व विठ्ठल हाही त्या कथेतील एक पात्र असतो.... नामदेवांच्या या शैलीतून विठ्ठलाची मिथ् निर्माण झाली.... (विटेवरील त्या विठ्ठलाला) नामदेवांनी राऊळातून भक्तांच्या घरी आणला. भक्तांच्या बरोबरीने कामाला लावला. त्याला भक्तासारिखा केला.... नामदेवांनी निर्माण केलेली ही विठ्ठलाची मिथ् जनमानसात इतकी रुजली की त्यानंतरच्या संतकाव्यांत व लोकगीतांत

तिला अनंत धुमारे फुटले .... (धोंड-ऐसा-१७-१८)

तुलनार्थ - (चोखामेळाकृत नामदेव स्तुती-)

भाकसमुद्रीं भरियेलें केणें। आणियेलें नाणें द्वारकेचें।।

(सकल १. चोखा २९)

मोरोपंत - श्री नारदमुनिचें जें समुहद्व्रत तेंचि नामदेवाचें।

याणे प्रसिद्ध केलें 'विठ्ठल' हें भव्य नाम देवाचें।।

(नामदेवस्तवन - १)

(पाच) तुकोबांचे कथात्मक अभंग -

अशा अभंगांची चर्चा कै. दि. के. बेडेकर - अभिरूचि), डॉ. नसिराबादकर (नसिराबादकर-१४४) व डॉ.सदानंद मोरे (मोरे-तुकाराम-११७) यांनी केली आहे.

'सुख वाटे तुझे वर्णितां पवाडे....' या ओळीने सुरू होणाऱ्या तुकोबांच्या एका अभंगात (तुकाराम - ६०७) एक पारधी व दोन पक्षी यांची कथा येते. बेडेकर या कथेचा 'सर्वांत जुनी लघुकथा' म्हणून उल्लेख करतात. (अभिरूचि - मे १९४८)

डॉ. नसिराबादकरांनी 'तुकोबांच्या अभंगवाणीतील कथात्मकता' या लेखात बेडेकरांच्या लेखाचा उल्लेख केला आहे. तुकोबांच्या अनेक कथारूप अभंगांचे त्यांनी विश्लेषण केले आहे.

डॉ. मोरे यांनी बेडेकरांच्या लेखातील उद्धृत केलेला भाग असा- '.... तुकारामाचे प्रेम त्याच्या कानड्यावर असेल, नव्हे होतेच; पण ते मोठे कसदार प्रेम होते. त्यातही मस्तपणा होता. ज्याला आपण आधुनिक मराठीत 'जीवनावरचे प्रेम' म्हणतो, तोच रंगेलपणा तुकारामाच्या वाणीत व वागण्यात होता; निदान असावा, असा माझा अंदाज आहे. नाहीतर अशी सुंदर डौलदार लघुतम कथा इतक्या मोजक्या शब्दांत त्याला कशी लिहिता आली असती? या कथेत काय नाही? रस जवळजवळ सगळेच आहेत. पेचप्रसंग आहे. खलपुरुष आहे. नायक-नायिका तर आहेतच. आणि पेचप्रसंगाची उकल अशी अनपेक्षितपणाचा टोला हाणणारी आहे की, ओ. हेन्रीच्या आधी शेकडो वर्षे होऊन गेलेल्या या कथाकाराने, त्याच्या तंत्राने त्याच्यावर मात केली आहे.'

(सहा) 'यो बुद्धे : परतस्तु सः .....'

संदर्भ- इंद्रियाणि पराण्याहुरिन्द्रियेभ्यः परं मनः।

मनसस्तु परा बुद्धिर्यो बुद्धेः परतस्तु सः।। (गीता ३.४२)

येथे इंद्रिये, मन व बुद्धी यांची चढती श्रेणी लावून शेवटी, "जो बुद्धीहून श्रेष्ठ तो 'तो'च, असे म्हटले आहे. हा 'तो' कोण? शंकराचार्य म्हणतात, 'स बुद्धेः द्रष्टा पर आत्मा'. ज्ञानदेवांनी आपल्या विवेचनाच्या ओघात उपरोक्त गीताश्लोकाचा

मथितार्थ सूचकरीत्या आणला आहे.

हा श्लोक मुळात कामक्रोधांच्या निर्दालनाच्या संदर्भात आला आहे. हे लक्षात घेऊन ते म्हणतात.,

'वरि एयांचा पहिला कुरुठा इंद्रियें। जेथौनि प्रवृत्ति कर्मातें विये।
आदीं निर्दालूनि घालीं तियें। सर्वथैव।।
मग मनाची धावं पारूखैल। आणिक बुद्धी सोडवण होईल।
एतुलेनि तागा एयां मोडेल। पापियांचा।।' (ज्ञान - ३.२६३-२६४)

तेव्हा अशी 'सोडवण झालेली' (मुक्त) बुद्धी म्हणजेच 'बोधरूप आत्मा' जो सर्व उपाधींच्या अतीत, सदैव स्थिर, निष्कंप, मुक्त व केवळ ज्ञानमयच असतो. यालाच शंकराचार्य 'द्रष्टा आत्मा' म्हणतात. हा ज्यांना भेटलेला असतो तेच 'संत' या पदवीचे अधिकारी.

(सात) कवितेचे अस्तित्वरूप शोधताना कवी व रसिक यांच्या 'सहसर्जक' क्रियेचा उल्लेख केला जातो.

ज्ञानदेवांनी कृष्णार्जुनांच्या संवादाचा समारोप करताना हीच प्रक्रिया पुढीलप्रमाणे सूचित केली आहे.-

ऐसें संवादाचा बाउलां। लग्न दोघांचेयां आंतुलां।
लागलें देखौनि जाला। निर्भरू संजयो।। (ज्ञान १८.१५६२)

संदर्भ सूची :

फडकुले - डॉ. निर्मलकुमार फडकुले. 'संत चोखामेळा आणि समकालीन संतांच्या रचना' (१९९३) (१९९२ ची पु. मं. लाड स्मारक व्याख्यानमाला.)

मोरे - (त्रयोदशी) डॉ. सदानंद मोरे = त्रयोदशी (१९९५)

- (तुकाराम) डॉ. सदानंद मोरे - तुकारामदर्शन (१९९६)

कुलकर्णी व. दि. - लेख - 'ज्ञानेश्वरीची भूमिका व विसावे शतक'

- संगृहीत - 'ज्ञानेश्वरी व विसावे शतक' संपादिका - डॉ. स्नेहल तावरे. (१९९०)

धोंड (ऐसा) - प्रा. म. वा. धोंड 'ऐसा विटेवर देव कोठे ?' (२००१)

- (यातील 'महाराष्ट्राचे दैवत : विठ्ठल' हे प्रकरण.)

नसिराबादकर - डॉ. ल. रा. नसिराबादकर - यांचा लेख - 'तुकारामांच्या अभंगवाणीतील कथात्मकता'

- संगृहीत - 'अनुभव तुकोबांचा' सं. डॉ. हे वि. इमानदार (१९९४)

ज्ञानदेवी - मंगरूळकर - केळकर संपादित - मुंबई विद्यापीठ प्रत. (१९९४)

तुकारामांचे अभंग - शासकीय प्रत (१९५५)

१. कहाणी ज्ञानदेवीची

ऐका माउली, तुमची कहाणी

पवित्र गोदावरी, तीवरी दक्षिणतीरी नगरी. तेथ श्रीमहालसा निवास करी. नाथसिद्धही तेथ समाधिस्थ असती.

पैठणहून निघाली भावंडे आपेगावी गेली. तदुपरि पंचक्रोशी आली.

पैठणी ब्रह्मवृंदाकडून शुद्धिपत्र मिळाले असे- ''हे देवत्रय परलोकीचे तारू. त्यासी कुणी द्यावे प्रायश्चित्त?'' असा निवाडा जाहला असे.

मग काही काळ तेथची वस्ती केली. ''गीतासंबोधिनी'' जवळ होतीच. अध्यात्मग्रंथही पाहिले. ज्ञानदेवे प्रवचन केले. अवघे पैठण वेधले.

पण तेथून निघाले. पंचक्रोशी येऊन राहिले. निवृत्तिनाथांसी ब्रह्मगिरीवरी गाहिनीनाथांचा अनुग्रह. गाहिनीनाथ ते गोरक्षांचे, जे योगी होते, जिंही सकल विषय निर्दालिले असती. गोरक्ष ते मत्स्येंद्राचे, मत्स्येंद्रा आदिनाथांकडून ज्ञानप्राप्ती जाहली असे.

असे हे योगसंपन्न कुळ. तदुपरि कृष्णनामामुळे पावन अशा कुळीचे धन्य हे ज्ञानदेव.

गाहिनीनाथ ते कळवळ्याचे संत होते. त्यांनी निवृत्तिनाथांसी आज्ञा केली, ''येथ हा कली भूतमात्रां ग्रासी. आदिनाथांपासूनचा बोध देऊन या कलिगिलते यां जीवां वाचव.''

निवृत्तिनाथ हे तर मौनी गुरू. त्यांनी ज्ञानदेवांसी आज्ञा केली, ''बा, तूच यांना वाचव.''

तो कली कसा असे? स्वधर्म लोप. धर्माचार सकाम.

यज्ञधूमाने आकाश मलिन. व्रतांचा मारा. सामान्यजन विकल. ज्ञान ते अवघे बंदिस्त. धर्ममार्तंडी ते गीर्वाणी कोंडून त्याच्या कुंजिका स्वकटी खोवलेल्या. म्हणौनि

धर्म ते उच्चवर्णीयांची मिरास. देवही सोवळ्यात गुंडाळलेला. त्रैवर्णिक ते शूद्र म्हणौनि धिक्कारले असती. भक्ती बाटली. माणुसकीला धाप लागली.

आता या प्राकृतजनांनी कुणाला भजावे? कुणाला शरण जावे? म्हणौनि शेंदरी दैवते सरसावली. बळी घेऊन शांत होऊ लागली. वामाचारी वसने फेडून वावरू लागले. अभिचारी गुग्गुळ जाळून उग्र झाले. असे अवघे रजतमांचे फावले. सत्त्वगुणासी देशोधडी लावले.

पण या कलीस कसे पळवावे? प्राकृतजनांसी कसे राखावे?

बा, गीता सांग. ते महिषासुरमर्दिनी सप्तशती, अदिती अंबा ते प्रसन्न तरी अवघे सुलभसोपारे होईल.

पण गुरो, ते तर गीर्वाणी बद्ध असे. आपुले सामान्यजन ते नेणती.

बा, मग त्यांचीच बोली घे. छपन्नभाषेचा गौरव कर.

मग 'ॐ नमोजी' केले. महालया, पाठी खांब, समोर देव, बाजूस देव, असा सोहळा झाला.

दिवस दिवाळीचे. घरोघरी ज्ञानदिवे लागले.

यज्ञांची जागा स्वधर्मांना दिली. मंत्रयंत्रविधाने निषेधिली. तीर्थयात्रांसी महायात्रे पाठविले. यज्ञयागांचा दिहाचा चांदु केला. भक्तीने जाती जिंकिली. अवघी भूते साम्या आली.

हे अवघे कसे घडले?

गुरू ते सर्वोपकारी, ते ज्ञानदेवाआंतु प्रवेशले, ज्ञानदेव ते ऋतंभरा प्रज्ञेचे. त्यांसी निरालींचे बोलही दिसती. गीता व्यासोक्त, कृष्णार्जुनी जे मोकळी गोठी केली ती तर दशांगुळे उरणारी. परि श्रीव्यासे मायेच्या वोरसे करतळी घेवो ये ऐसी केली. त्याचि आधारे ज्ञानदेवे अंतराळी उत्थान केले. भगवंतमनीचे गुज सकलजनांच्या कर्णकुहरी मधुमंजुळ केले.

मेघ आधीच कृपाळू. तदुपरि गुरू आज्ञेचा पाऊसकाळ. मग आर्तांसाठी शांतरस वर्षला. ग्रंथ ग्रथिला गेला.

गीतार्थासी विश्वरूप मिळाले. अवघे लावण्य येथ माहेरी आले. गीर्वाणवाणीचे तट ते दुर्गम गहन. ते फोडौनी श्रीगुरूंनी मऱ्हाटी शब्द सोपान केले. धर्मनिधान रचले.

या. येथे आता सारे सारे या. हे विश्वरूप पहा. या प्रयागमाधवी संसारभावासी तिलोदक द्या.

श्रोतेही धन्य झाले. 'बरवे केले हो ज्ञानदेवा. अहो काय हे रूप! काय हे नवल! ही तर देशी तू बोलसी. परि ते निरालंब आकाशी साहित्यरंग प्रकट करी. प्रतिभेचे

चांदणे. भावार्थाचा गारवा, बोल, बाबा बोल. थांबू नको. देवच तुझ्या मुखे बोलत आहे.

उघड बाबा उघड. ते गुप्तधन उघड. पसर ध्वनिताचे केणे. आम्ही ग्राहक ते चातक- चोचीचे.'

...श्रोत्यांचा आनंद. मग ज्ञानदेवही संतोषले, बोलतच राहिले. विश्वातील अवघे जीव, वृक्षवेली, पशुपक्षी, नदीनाले, पर्वतडोंगर, मेघसागर... सारे धावत आले. अरूपांनी त्यांची रूपे घेतली. दिवाळी अधिकचि तेजाळली.

"अहो श्रोतृमाउली, हे धर्मकीर्तन तुमच्यामुळेच सिद्धीस गेले. मी तो तुमचा पाईक."

हे विश्वात्मका आता कृपा कर. जनमनीचे वाकुडेपण मोडून टाक. त्यांसी सत्संगी प्रेम दे. पडू दे परस्परांचे मैत्र. उजळू दे स्वधर्माचा सूर्य. मग ते जे वांछती ते त्यांसी मिळू दे. त्यांची सोयरीक संतांशी जुळू दे.

गुरू म्हणाले, "होय हो ज्ञानदेवा तसेच होईल." त्या भाकवचने ज्ञानदेव सुखसंतोषले.

अशी ही माउली, तुमची कहाणी. तीमुळे ज्ञानदेवांचे श्रोते धन्य झाले.

तसे तुमचे आमचे होवो. मोह पळो, अहंकार गळो, कर्मबंध ढळो, ज्ञानदिवाळी उजळो, हे अवघे समस्त विश्व श्रीवासुदेवो, हे आम्हांसी आकळो.

ऐसी ही माउलीची कहाणी साठाउत्तरांची; ती पाचा उत्तरी सफळसंपूर्ण होवो.

टिपा:

(१) नामदेवकृत ज्ञानेश्वरचरित्रातील 'आदि' या प्रकरणातील पुढील उल्लेख येथे आधारार्थ घेतले आहेत.

"पैठणच्या ब्राह्मणांनी 'हे देवत्रय परलोकींचे तारू' असा गौरव केला. पैठण येथेच ज्ञानदेवांनी अन्य अध्यात्मग्रंथांचे पठण केले. 'गीतासंबोधिनी' जवळ होतीच. पुराणकीर्तनांनी सर्वांना वेध लावला. नेवासे येथे आल्यानंतर आदिमाया म्हाळसेला वंदन करून, गुरूंच्या आज्ञेनुसार गीतानुभव शब्दबद्ध केला. प्राकृतात गीता आणून छपन्न भाषेचा गौरव केला." (नामदेव - ८९७, ८९८ व ९०२)

ज्ञानदेवांनीही गोदावरीच्या दक्षिण तीरावरील 'पंचक्रोश' क्षेत्राचा उल्लेख केला आहे. (पंचक्रोश म्हणजे नेवासे) ते येथील देवाचा 'श्रीमहालसा' असा उल्लेख करतात. ज्ञानदेवीच्या काही प्रतीत 'श्रीमहालया' असा पाठ आहे. हा उल्लेख 'श्रीमोहिनीराजा'चा मानण्यात येतो. हा विष्णूने घेतलेला 'मोहिनी'चा

अवतार. मोहिनीराजाचे हे मंदिर बरेच प्राचीन आहे. (ज्ञान. १८. १७८१ ते ८४)

(२) येथील 'छपन्न' भाषा हा शब्द लक्षात घेऊ. बहुतेकांनी हा शब्द संख्यासूचक मानला आहे. (उदा. तुळपुळे, ॲनीकृत कोश, कानडे-नगरकर कृत - नामदेव गाथा कोश) विनोबा भावे मात्र या शब्दाचा 'प्राकृत भाषा, मराठी' असा अर्थ देतात. (नामदेवांची भजने - शेवटचा शब्दकोश) विनोबांचा अर्थ योग्य आहे. परंतु हा अर्थ कसा आला, ते पाहू.

मूळ संस्कृत शब्द 'षट्प्रज्ञ', चार पुरुषार्थ, लोकार्थ व तत्त्वार्थ या सहा विषयांत ज्याची प्रज्ञा चालते असा. (शब्द कल्पद्रुम) यावरून 'छप्पण्ण, छपन्न' जसा अपभ्रंश. याबरोबरच मूळ अर्थाचा संकोच होऊन केवळ 'व्यवहारचतुर' असा अर्थ आला. अर्थाची ही घसरगुंडी एवढ्यावरच थांबली नाही. 'धूर्त, विट, फसव्या, लबाड, खोटारडा' असे हीनार्थ रूढ झाले. दाते-कर्वे कोशात 'छपून्या'चे लाक्षणिक अर्थ म्हणून 'लुच्चा, धूर्त, फसव्या' अशी नोंद आहे. 'गाथासप्तशती' सारख्या प्राकृत ग्रंथांतील प्रेमगाथांमुळे, 'छपन्न भाषा' म्हणजे नैतिक दृष्ट्या शिथिल असणाऱ्यांची उत्तान, शृंगारिक भाषा असाही अर्थ आला.

प्रस्तुत ठिकाणी 'सामान्य जनांची भाषा' या स्थूल अर्थानेच हा शब्द योजला आहे. नामदेव म्हणतात, 'छपन्न भाषेचा केलासे गौरव.' तेव्हा सामान्य जनांची क्वचित शृंगार- वर्णनासाठी वापरली गेलेली भाषा, ज्ञानदेवांनी अध्यात्मज्ञानासाठी वापरली हा तिचा गौरवच नव्हे काय?

('छपन्न भाषा' - लेखक - रा. पां. निपाणीकर यांचा बापरखुमादेवीवरू - डिसें. २००० - या मासिकातील लेख)

(३) पैठण येथे सामान्यजनांबरोबरच विद्वज्जनांची मान्यता मिळालेली असताना, तेथेच गीतेवर टीका न लिहिता, त्यासाठी ज्ञानदेवांनी नेवाश्याची निवड का केली? याची चिकित्सा डॉ. सदानंद मोरे यांनी केली आहे. तीमधील काही भाग सारांशरूपाने असा '- याची कारणे तत्कालीन सांस्कृतिक वातावरणात दडलेली आहेत. ज्ञानदेवांनंतर तीन शतकांनी आलेले एकनाथही भागवतावर टीका लिहिण्यासाठी पैठण सोडून काशीक्षेत्री गेले, ही घटनाही याच संदर्भात लक्षात घेण्याजोगी आहे. ज्ञानदेवांना गीतेवर टीका करताना वैदिक सनातन्यांविरुद्ध भूमिका घ्यावी लागली. त्यांना संस्कृत सोडून प्राकृत, देशी भाषेत ग्रंथरचना करावयाची होती. नामदेवांच्या भाषेत सांगावयाचे म्हणजे त्यांना 'वाऱ्यासवे

हुंबतें' घ्यायचे होते. (नामदेव १७९०) अशासाठी पैठणपासून दूर अशा आडगावी जाणे त्यांनी स्वीकारले असावे. (मोरे - त्रयोदशी, ७३-७४)

ज्ञानदेवीचे लेखन केव्हा झाले? ज्ञानदेवीत वा अन्यत्र नेमका कालोल्लेख मिळत नाही. परंतु ज्ञानदेवीतीलच काही उल्लेखांवरून हे लेखन शके १२१२ मधील दिवाळीत झाले. (ज्ञान. १५-१२) असावे. असा निष्कर्ष डॉ. मोरे यांनी साधार काढला आहे. (मोरे - उक्त ७६ ते ७८)

(४) ज्ञानदेवांची गुरूपरंपरा - (ज्ञानदेवी १८. १७३० ते ४०)
- निवृत्तिनाथांचा अभंग - (सकल. निवृत्ति १७२)

(५) कथेत उल्लेखित घटनांचे / शब्दांचे ज्ञानदेवीतील व अमृतानुभवातील संदर्भ अनुक्रमे असे -

- *'मौनी गुरू'* - 'मौन गा तुझे राशिनाव' (१७.१५)
- *कलिग्रस्तता* - (३.८९ ते ९१) (९.३२४ ते ३२६), (१३.८०७ ते २०) (१६.३५१ ते ६०), (१७.१९४ व २९३ ते ९८), (१८.६६७ ते ६७१) (कुंजिका = किल्ल्या) ऋतंभरा प्रज्ञा = स्वयंसिद्ध प्रज्ञा, प्रतिभा (६.४५२)
- *गीता हे सप्तशती* - (१८.१६४५) दिहाचा चांदु - (अमृतानुभव ९.२७)
- *निरालींचे बोल* - (१८.१६७५, ५.१४०) शांतरस - (१८.१७३९.४०)
- *धर्मनिधान* (११.९-१०) धर्मकीर्तन (१८.१७७१)
- (*धर्मनिधान* = धर्मार्थ बांधलेली तीर्थकुंडे, धर्मकीर्तन = मंदिर, प्रासाद) - (ढेरे - कल्पद्रुप १०९)
- *ध्वनिताचे केणें* = गूढार्थाचे गाठोडे (६.२९२)
- *श्रोत्यांच्या प्रतिक्रिया* - (६.१३२ ते १३४), (१३.८५१ ते ८५४)
- *पसायदान* - (१८.१७७२ ते १७८०)

२. कहाणी एका शुकाची

श्रीकृष्णांनी योगारूढ वर्णिला – ‘त्याच्या इंद्रियांच्या घरी विषयांची येरझार नसते. तो नित्य आत्मज्ञानाच्या माजघरी पहुडलेला असतो. त्याचे मन सुखदुःखांपासून अलिप्त असते. फलहेतू न ठेवता त्याची इंद्रिये काम करीतच राहतात.’

वर्णन श्रवणासी सुगम – सुभग होते. पण हे सर्व त्याला कसे जमते? ‘कोण शिकवितो त्याला हे सर्व?’

यावर श्रीकृष्ण हसले. ‘‘शिकवितो? अरे अर्जुना, येथे शिकविणारा एक व ऐकणारा दुसरा असे द्वैत नसते. हा अवघा अद्वैताचा पसारा. येथे जो तो आपला आपणाचाच वाटाड्या असतो. ही वाट ज्याची त्यालाच शोधावी लागते. ‘मी मूळचाच देहाहून वेगळा,’ हे अनुभवावे लागते.’’

‘‘पण देवा, हे कसे साधावे?’’

श्रीकृष्ण म्हणाले, ‘‘ऐक. एक कहाणी सांगेन. पण उतशील मातशील कहाणीचे सार टाकून देशील असे करू नको.’’

‘‘देवा, उतणार नाही, मातणार नाही. कळले सार आचरणात आणीन.’’

‘‘ऐक तर मग,’’ असे म्हणून श्रीकृष्णांनी शुकाची कहाणी सांगितली.

‘‘आटपाट नगर होतं. सीमेवरती अरण्य होतं. तेथ एक पारधी राही. तो काय करी? सकाळी उठे. जाळे घेई, रानी जाई, हरणे पांखरे मारी. रावेमिठू धरी. राजाला देई. धनिकांश्रीमंतांना देई. बरे दाम मिळे. पकडले रावे कुणीकुणी विनोदार्थ पाळावया घेई. बहुत द्रव्य मिळे. ऐसा तेयाचा प्रपंच चाले.

पण रावेमिठू ते उडते. ते कैसे धरी?

तो एक युगत करी. पोकळ नळी घेई. झाडाच्या फांदीस अडकवी. लपुनी बसे.

मग रावा येई. नळीवर बसे. त्याच्या भारे नळी फिरे. रावा उलटा टांगता होई. ‘‘पडलो, पडलो, मेलो, मेलो’’ असे त्यास भय वाटे. म्हणौनी पंजामध्ये नळी पकडी.

नळीस लगटुनी बसे. मानेसी उगाची पीळ देई. मग पारध्याहाती सहजची पडे.

ऐसे का घडे? रावा अगदीच वेडा. नळी फिरे तेव्हाची उडोनी का न जाई?

त्यासी कुणी सांगावे का, रे मिठू, तू मुक्त असशी उडोनी जा. का उगा आपणासी बांधला मानसी?

कहाणी सांगून श्रीकृष्ण म्हणाले, "बा पार्था, तुज सार कळले ना? अरे जीव ऐसाची मुक्त असे. परि तो देहाभिमाने आपणांसी बद्ध मानी. म्हणौनि प्रपंची गुंते. शेवटी काळाचे खाजे होई."

"देवा, आता उमगले. आपणच आपुला वैरी. आपणच आपुला मित्र. येथ अन्य कुणी वैरीमित्र नसे." श्रीकृष्ण संतोषले. "भले,पार्था आता हे सार टाकू नको हो." ऐसी ही शुकाची कहाणी. तिचे सार पार्थासी कळले. तो देहाहंकारापासौनि सुटला. युद्धकर्म करूनही मुक्त राहिला.

तसे तुमचे आमचे होवो.

टिपा :

(१) उद्धरेदात्मनात्मानं नात्मानमवसादयेन् ।

आत्मैव ह्यात्मनो बंधुरात्मैव रिपुरात्मन: ।।(गीता ६.५)

भावार्थ – स्वत:चा उद्धार स्वत:च करावा. स्वत:ला खचू देऊ नये. आत्माच असतो आपला हितकर्ता, आत्माच आपला हितशत्रू. या प्रसिद्ध गीताश्लोकाचे विवरण करताना ज्ञानदेवांनी शुकनलिकेचा दृष्टान्त दिला आहे. (ज्ञान ७६ ते ८०)

हाच विचार भागवतातही आला आहे.

'आत्मनो गुरूरात्मेव पुरुषस्य विशेषत: ।' (भागवत ११.७.२०)

उपरोक्त ज्ञानदेवांच्या दृष्टान्ताच्या श्रीकृष्णोक्त प्रास्ताविकासह (ज्ञान ६७ ते ७०) प्रस्तुत कथा रचलेली आहे.

(२) वस्तुत: मानवी देह हा जराव्याधींनी जर्जर होणारा, परंतु तरीही माणसाला त्याचे ममत्व वाटते. त्यामुळे, 'देह म्हणजेच मी', असे मानून तो वागतो व दु:खी होतो. हे ममत्व सुटणे म्हणजेच मुक्ती. ज्ञानदेव म्हणतात,

जैसा किडालाचा दोखु जाये । तरि पन्हरें तेंचि होये ।

तैसें जीवा ब्रह्मत्व आहे । संकल्पलोपीं ।। (ज्ञान ६.८२)

– शंकराचार्य व ज्ञानदेव यांच्या भूमिकांतील भेद सांगताना प्रा. म. वा. धोंडांनी याच ओव्यांच्या आधारे विवेचन केले आहे. (धोंड - स्वरूप ४६-४७)

याच दृष्टान्ताचा पुढे ज्ञानदेवांनी 'शुकनलिकान्याय', म्हणून उल्लेख केला आहे. (ज्ञान १३.११३१)

('न्याय' या शब्दाचे स्पष्टीकरण 'ठाणवई' या प्रास्ताविकातील टिपांमध्ये आलेच आहे.)

ज्ञानदेवी (१४.३००) मध्ये याच दृष्टान्ताचा वेगळ्या प्रकारे उल्लेख येतो. गुणातीत पुरुषाचे वर्णन करताना ज्ञानदेव म्हणतात, ''असा पुरुष म्हणजे नळीवरून उडून पुन्हा फांदीवर मुक्तपणे बसलेला शुक होय.''

- तुकोबाच्या अभंगांत हा दृष्टान्त पुढीलप्रमाणे आला आहे.

    आपणाचि तारी आपणाचि मारी। आपण उद्धरी आपणयां।।
    शुकनळिकान्यायें गुंतलासी काय। विचारूनि पाहे मोकळिया।। (तुकाराम
    २०४२)

- 'सोन्यातील हीण जळले की ते शुद्ध होते.' ह्या उपरोक्त (ज्ञान ६.८२) मधील दृष्टान्ताचे भागवतातील पुढील श्लोकाशी साम्य आहे.

    यथा हेम्नि स्थिती वन्हिर्दुर्वर्णं हन्ति धानुजम्।
    एवमात्मगतो विष्णुर्योगिनामशुभाशयम्।। (भागवत १२.३.४७)

(पहा - नगरकर - भागवतपुराण २४)

- शुकनलिकेसारखाच एकनाथी भागवतात 'घंटापारधी' आला आहे. पारधी घंटानाद करून पाश पसरतो. नादलुब्ध हरीण त्या पाशात अडकते. नाथ म्हणतात, ''परंतु स्त्रीला अलंकारांनी सजविणारा पुरुष स्वतःच तिच्या पाशात स्वतःला बांधून घेतो.'' (ए.भा. २६.२३६) येथेही अखेर ''आत्मैव रिपुरात्मनः'' हाच विचार सूचित झाला आहे.

(३) गीतेमध्ये अर्जुनाचा मोह ते मोहमुक्ती असाच प्रवास आहे. ज्ञानदेवांच्या कथनात या प्रवासाचे टप्पे नेमके आलेले आहेत.

(पहा - प्रस्तुत लेखक - पंचपदवी ज्ञानदेवी ३५ ते ३७)

ज्ञानदेवांचा अर्जुन शेवटी म्हणतो,

त्रिशुद्धी कर्म जेथ नाहि। तें मिं जालां।। (ज्ञान १८.१५५१)

जेथे कर्माचा अभाव आहे, अशा कर्मातीत अवस्थेत अर्जुनाने प्राप्त युद्धकर्म केले. म्हणूनच त्याचे हे अहंकारमुक्त कर्म शांतरसाचे मानले जाते.

३. ऐ हे वेचा दृष्टान्त

सूत्र – परमात्मेया ठायीं अनन्य असे तें ज्ञान :

आन आन देवातें भजे तें अज्ञान :

दृष्टान्त – श्रीकृष्णें ज्ञाना रूप केलें : तेथ कांता दृष्टान्ते अनन्यु तथा अव्यभिचारिणी भक्ती सांघीतली : तेया उपरी अज्ञाना व्याख्या केली.

अर्जुनें पुशिलें, बापा अज्ञानभक्ती ते कैसी?

तियावरी ऐ हे वे चा दृष्टान्त सांघीतला.

ऐहेव असे : ते गावदारें पूजी : वालभा पतीने सांडौनि आणिकेंसि राहाटे :

तैसा जो देवतांतरी अखंड भजन करी, तो अज्ञाना अवतारू गा.

तेयाचे भजन ते कैसे : तो प्राणिजातेंसि निर्दयु :

तया देवाचा स्थावर प्रतिमीं प्रेम असे : घराचा कोनी माझी मूर्ती बैसवी : आणि देवोदेवीं यात्रे जाये : घरीं स्थापना देवाची : परि आनदेवां नवस करी : पितृदिनी पितरां पूजी : एकादशी मला : तथा पंचमीसी नागांसी पूजी : चतुर्थीए गणेशाचा होए : तथा चतुर्दशीये दुर्गेचा : नवमीये नवचंडी मांडी : आदित्यवारी भैरवां आरोगण देई : आदित्यवारां पाठिं सोमवारू ये : तेव्हळी बेल घेऔनि शिवलिंगा धावे :

ऐसे ऐहेव जैसें तेयाचे भजन असे :

दार्ष्टान्तिक – म्हणौनि एके परमेश्वरीं अनन्यभक्ती तीच भक्ती साच असे : देवदेवो करीन हिंडे ते भक्ती व्यभिचारी गा :

टिपा :

(१) गीता (१३.७ ते ११) या श्लोकांना अनुसरून ज्ञानदेवी (१३.१६२ ते ६३१) मध्ये ज्ञानलक्षणांचे विवेचन येते. यानंतरच्या विवेचनात प्रत्येक ज्ञानलक्षण उलट फिरवून अज्ञानाचे वर्णन ज्ञानदेवांनी केले आहे. (ज्ञान१३.६५१ ते ८४८) ज्ञानलक्षणांमध्ये एक महत्त्वाचे लक्षण आहे.

'भक्तिरव्यभिचारिणी' म्हणजे अविचल, एकनिष्ठ भक्ती
हिचे स्वरूप सांगताना ज्ञानदेव म्हणतात,

रिगतां वल्लभापुढे। नाहिं जीवि साकडे।
तिथे कांताचेनि पाडे। एकसरे जो।। (ज्ञान १३.६०५)

मूळ गीतेत अज्ञानाची चर्चा नाही. परंतु ज्ञानदेवांनी ती विस्ताराने केली आहे. तीमधून ते स्वकालीन कलिग्रस्त समाजाचेच दर्शन घडवितात. याच भूमिकेला अनुसरून येथे अज्ञानी भक्ताचे वर्णन येते. त्यासाठी ते विविध देवतांची पूजा करीत हिंडणाऱ्या भक्ताचे चित्र रेखाटतात. (ज्ञान १३.८०६ ते ८२१) त्यातील (८२०) मध्ये हा ऐ हे वे चा दृष्टान्त आला आहे. प्रस्तुत कथाही त्यावर आधारलेली आहे.

ज्ञानदेवांच्या दृष्टीने महत्त्व आहे ते अभेदभक्तीला. या भक्तिविशेषाची तात्त्विक भूमिका चौदाव्या अध्यायात येते. तेथे ज्ञानदेव तिला 'जाणीव भक्ती' म्हणतात. विश्व हे मिथ्या नसून तो परमेश्वराचाच विलास आहे, ही चिद्विलासवादी भूमिका ज्ञानदेवांनी येथे अनेक दृष्टान्तांमधून फुलविली आहे. (ज्ञान १४.३७० ते ३७६) शेवटी ते म्हणतात,

ऐसेनि मातें जाणिजे। तैं जाणीवभक्ति म्हणिजे।
एथ भेदु काहि देखिजे। व्यभिचारू तो।। (१४.३७८)

प्रस्तुत ठिकाणी याच व्यभिचारी भक्तीसाठी ऐहेव (= वैश्या) स्त्रीचा दृष्टान्त योजला आहे.

(२) एकनाथी भागवतातही अभेदभक्तीचा उल्लेख येतो. (ए.भा. २९.८१०)
या अभेदभक्तीचे एकनाथकृत आणखी एक लक्षण असे -
भगवद्भाव सर्वांभूतीं। या नाव गा अभेदभक्ती।
हे आकळल्या भजनस्थिती। अहंकृती उरेना।। (ए.भा. २८.१९५)

एकनाथांच्या अभंगांमध्येही कलिप्रभाव सांगताना अनेक क्षुद्र देवतांच्या नादी लागणाऱ्या अभक्तांचे वर्णन आले आहे. (सकल. एकनाथ २५८४ ते २६०४)

समर्थांच्या दासबोधातही (११.२.२० ते २३) 'उदंड देवांचा गल्बला' वर्णन केला आहे.

या गल्बल्यामध्ये खरा देव कुणालाच कळत नाही, त्यामुळे 'सारे कामनेच्या व्रताला झोंबीन पडती'' असाच मार्मिक अभिप्राय शेवटी येतो.

(३) येथे निवेदनार्थ दृष्टान्तपाठामधील कथनपद्धती अनुसरली आहे, ती केवळ अनेक ओव्यांतून साकार होणाऱ्या अभक्त वर्णनासाठी बरी वाटली, एवढेच तिचे मर्यादित समर्थन देता येईल. अन्य काही हेतू नाही.

४. गोष्ट तीन घटांची

घट – सांजवेळ तिने घट पाण्याने भरून दारी ठेवला. रात्र. चंद्रबिंब वर आले. घटजली उतरले. घट म्हणाला, "हे मी धरून ठेवीन." मी चंद्र धरिला असे, म्हणून मदधुंदला.

तिच्याही गात्री गात्री चंद्र फुलले. वाटले, आहे ते फक्त हेच. हा देह. ही गात्रे. हे चंद्र. मदधुंदीच खरी. बाकी सारे खोटे.

उत्तररात्र – नभीचा चंद्र ढळला. घटीचा चंद्र कुठे गेला? मावळला. ढळला. बुडाला. घटाची धुंदी उतरली. तिलाही जाणवले, हे वृथा. म्हणौनि जागी झाली. तो विवळले होते. देहाभिमानाचे घरटे सोडून जीव पक्षी आकाशी उडाले. कमळकळी उमलली. तीमध्ये रात्रभर मोहाने अडकून पडलेला चिद्भ्रमर मुक्त झाला.

घट – घटाच्या ठायी प्रकाशाची धारणा झाली. तो आतून तेजाळला. त्यातच विराला. आपले घटपण विसरला. तीही देहाची लक्तरे झटकून उठली. पाणवठ्यावर निघाली.

घट – पाणवठा. आकाश पाण्यात उतरले होते. शुभाशुभाचा किनारा फिटला होता. तिने घट पाण्यात बुडविला. आत पाणी. बाहेर पाणी. घट विराला. आतील पाणी बाहेरच्याला मिळाले. तीही कुठे उरली होती? उगमीविलयी असणाऱ्या अनंतामध्ये मिसळली. अवघे भेद मावळले. ना हर्ष, ना खेद. न हास्य, न अश्रू, न कंटक, न फुले, न तम न तेज.

हा उच्च, हा नीच, हा राव, हा रंक, हा प्राज्ञ, हा अज्ञ – सारे मीच.

मी तर वासुदेव – सर्वांतरीचा.

धर्म जे स्वर्गाकडे नेतो, अधर्म जे नरकी बुडविती, ते सारे बाजूला सारून ती वासुदेवी मिसळून गेली.

दिसली कुणा उरली, तर ती विश्वाच्या मैत्रासाठी.

टिपा :

(१) भग्नपात्री भरिलें जळ। तेथें बिंबले चंद्रमंडळ।
तें पात्र पोटेंशी धरी बाळ। रत्न प्रबळ हें माझें।।
जळ गळोनी जाय सकळ। चंद्रमा हरपे तात्काळ।
त्यालागीं तळमळी तें बाळ। शोकु केवळ या नाव।।
...नसतें वस्तूच्या ठायी जाण। मी माझें हा अभिमान।
तेंचि मोहाचे लक्षण। ममता दारूण ते संधी।। (ए.भा. ११.७५, ७६ व ७९)

- गगनींचा गगनींच संचला। तो घटे घटचंद्रमा केला।
मूर्खासी मानला सत्यत्वें।। (ए.भा. १३.७३३)

(२) सांडिली त्रिपुटी। दीप उजळला घटीं।
तुका म्हणे आतां। उरलों उपकारा पुरता।। (तुकाराम ९९३)

(३) हें असो आणिक काहीं। तेया सर्वत्र मी वांचूनि नाहीं।
जैसें सबाह्य जल डोही। बुडालेया घटा।।
तैसा तो मज भीतरि। मी तेया आंतु बाहिरी।
हें सांघिजे बोल वरि। तैसें नोहे।।
हें समस्त श्रीवासुदेओ। ऐसेया प्रतीतिरसाचा उते भाओ।
(ज्ञान ७.१३०, १३१ व १३३)

(४) अन्य उल्लेखांचे संदर्भ -

- प्रभातकाळाचे वर्णन - (ज्ञान १६. ३-४)
- केशवसुत - सतारीचे बोल व झपूर्झा.
- मर्ढेकर - या गंगेमधिं गगन वितळलें.

(५) येथे घटजल आहे. अन्यत्र अशीच संकल्पना घटाकाशाने सुरूप होते.
(ज्ञान १४.३१४-३१५)

- 'घटमठ जाले आकाशाचे पोटीं' (तुकाराम ३५५८)

(६) सर्वधर्मान् परित्यज्य मामेकं शरणं व्रज।
अहं त्वा सर्व पापेभ्यो मोक्षयिष्यामि मा शुचः।। (गीता १८.६६)
हे भगवंताने अर्जुनाला दिलेले अखेरचे आश्वासन.
'सर्व धर्म' म्हणजे काय?
शंकराचार्य म्हणतात, 'धर्म शब्देन अधर्मः अपि गृह्यते.'
ज्ञानदेवांनीही येथे धर्म व अधर्म या दोन्ही कल्पना गृहीत धरल्या आहेत.
(ज्ञान. १८.१३८६)

- प्रस्तुत श्लोकार्थाच्या संदर्भातील थोडी अधिक चर्चा नोंदतो. शंकराचार्यांनी येथे धर्म या संकल्पनेमध्ये अधर्माचाही जो निर्देश गृहीत धरला आहे, त्यासाठी ते कठोपनिषद् व महाभारताच्या शांतिपर्वातील वचनाचा निर्देश करतात. तेव्हा ते मुळातून पाहू.

कठोपनिषदामध्ये नचिकेत्याची कथा येते. यम नचिकेत्याला आत्मस्वरूप सांगण्याचे नाकारतो. तो म्हणतो, ''जो दुष्कर्मापासून पराङ्मुख झालेला नाही... त्याला नुसत्या ज्ञानाने आत्मप्राप्ती होणार नाही.' (कठ. १.२.२४) येथे दुष्कर्म या अर्थी दुश्चरित असा शब्द आला आहे. तो उद्धृत करून शंकराचार्य म्हणतात, 'येथे संपूर्ण नैष्कर्म्य अभिप्रेत आहे.'

महाभारतामध्ये 'त्यज धर्मं अधर्मंच' असा स्पष्ट उल्लेख आहे. (महा. शांति. ३२९.४०, ३३१.४४)

ज्ञानदेवही येथे 'सर्वधर्म' म्हणजे 'धर्म व अधर्म' अशा दोन्ही कल्पना गृहीत धरतात. ते म्हणतात,

तैसें धर्माअधर्माचें टवाल। दावो अज्ञाना कां जें भूल।
तें त्यजूनी त्यजीं सकल। धर्मजात।। (ज्ञान. १८.१३८६)

'टवाल' म्हणजे मिथ्याभास. हे अज्ञानाचे मूळ. ते नाहीसे करून मग अवघा धर्मसमूहही टाकण्याची येथे सूचना आहे. असे केले की काय होईल? तर एक भगवंतच शरण्य ही भावना दृढ होईल. कशी? तर-

म्हणौनि घटाचेनि नासे। गगन चि गगनीं असे।
मज शरण ऐणें तैसें। ऐक्यें करी।। (ज्ञान. १८.१३९०)

कथेत निर्दिष्ट केलेली 'वासुदेवशरणता' ती हीच.

- शंकराचार्यांचे विवेचन लो. टिळकांना मात्र मान्य नाही. त्यांच्या मते हा उपसंहार भक्तिपर असल्यामुळे येथे धर्म शब्दाने अहिंसाधर्म, सत्यधर्म, मातृपितृसेवाधर्म, गुरुसेवाधर्म, यज्ञयागधर्म, दानधर्म, संन्यासधर्म इत्यादी परमेश्वर प्राप्तीचे जे मार्ग अन्य शास्त्रातून सांगितले आहेत तेच येथे अभिप्रेत आहेत. 'त्या असल्या धर्मांच्या भानगडीत न पडता, केवळ मलाच एकट्याला भज, मी तुला तारीन, भिऊ नको.' असे भगवंताचे या ठिकाणी प्रतिपाद्य धर्मास उद्देशून निश्चयात्मक सांगणे आहे.

(गीता रहस्य पृ. ४३८-४३९ व ८५०)

५. कहाणी वृक्षांची

ऐका वृक्षांनो, रुखांनो, झाडांनो तुमची कहाणी. कुठून आलात? कुणी आणले तुम्हांसी? काय करता तुम्ही? कुणी म्हणतात, हे संतांचे सोयरे.

सांगा ना तुम्हीच काहीतरी.

पण खरं म्हणजे मी उगीचच विचारतो आहे तुम्हांला. कारण ठाऊक आहे मला, तुम्ही काहीच नाही बोलणार.

'तो' तरी कुठे काही सरळ सांगतो? तसेच तुम्ही. कुणी म्हणतात, 'तो' केवळ कृष्णार्जुनांचे बोल सांगत नाही. तो गाण्याचे झाड बांधतो.

त्याला हे सांगितले तर म्हणतो, मी कुठे काय करतो? कुठले झाड? कसली लावणी? कसली बांधणी?

ती गुरुमाउली आणि तुम्ही संतश्रोते. तुम्हीच ना लावले आहे हे सारस्वताचे झाड?

आता यावर काय बोलणार? तो सांगतो तसे अवधानाचे अमृत घालून हे झाड वाढविणे, एवढेच आमच्या हाती.

तो तरी असा आहे!

त्याला काहीही विचारा. तो आपले तुमच्याकडेच बोट दाखवितो. आत्ताच पहा ना. त्याला विचारले, ज्ञान ते कैसे असे?

तो म्हणाला, हे झाड पहा. त्याच्या मुळांशी जमिनीत ओल आहे. ती दिसते आहे का? पण झाडाचा विस्तार पहा. त्याच्या फांद्या, डहाळ्या, पाने, फुले पहा. ही बाहाली काय पाण्यावाचून आली?

आणि तेही झाड पहा. मोहोरले आहे. कशामुळे? वसंतामुळेच ना? पण तो वसंत कुठे दिसतो आहे का?

असे असते ज्ञान. ते ज्याच्या अंगी असते, त्याच्या वागण्याबोलण्यावरून ते जाणवते. म्हणून 'ज्ञानी' पहा म्हणजे 'ज्ञान' कळेल.

मी त्याला पुन्हा विचारले, ठीक. पण तो ज्ञानी तरी कसा शोधावा?

तर पुन्हा काही झाडे दाखवून हा मोकळा—

“ती झाडे पहा. वसंतामध्ये फुलतात. शरदामध्ये फळांनी लगडतात. त्यांनाच विचार.”

म्हणून मी पुन्हा तुमच्याकडेच आलो आहे.

काय म्हणता तुम्ही? वसंत केव्हा आला, केव्हा गेला; शरद केव्हा आला, केव्हा गेला - कळलेच नाही तुम्हाला?

‘तो’ म्हणतो, केले न करावे, भोगले न भोगावे, केले, भोगले हे न जाणावे. मी, मला, माझे हे जेथ नसती तेथ वसे ज्ञान. तोची असतो ज्ञानी.

मी यावर काय बोलणार? गप्प बसलो थोडा वेळ. मग पुन्हा विचारले, तो ज्ञानी काय संन्यास घेऊन राहतो? रानात वस्ती करतो?

यावर तो हसला. (हा हसतोच फार!) म्हणाला,

रानी कशाला हवी वस्ती? प्रपंचीच असावे. पण असूनही नसावे.

त्याचे हे असले बोलणे मला नेहमीच कोड्यात पाडते.

मी म्हटले, ते कसे?

त्यावर त्याने पुन्हा आपले तुमच्याकडेच बोट दाखविले.

तो विशाल वृक्ष फांद्याडहाळ्यांनी पसरलेला. हिरवा हिरवा गार. डोक्यावर तळपता सूर्य घेऊन कसा शांत उभा आहे. त्याच्या सावलीत कितीतरी गायीवासरे शांतपणे बसली आहेत. डोळे मिटून रवंथ करीत आहेत. त्यांना जरा जाणवत नाही तो सूर्य, त्याचे ऊन, त्याचा ताप.

‘तो’ म्हणाला, पाहिलंस? अवघी गोरूवे त्या रूखातळी बसली आहेत. तो त्यांना सावली देतो आहे. पण त्याला विचारले तर काय म्हणतो तो?

...वर सूर्य आला, ऊन पडले की सावली आपोआपच येते. मी कुठे काही देतो आहे? गोरूवे बसतात येऊन. बसू देत. मी सावली नाही. ती गोरूवेही मी नाही. कारण मी तरी कुठे आहे?

मी पुन्हा गप्प.

मग त्याने मला आणखी एक झाड दाखविले.

आंब्याचे झाड.

वाटसरू येताहेत, थांबताहेत, जाताहेत.

काही विसाव्याला थांबले. काहींनी पालवी खुडली. काहींना मिळाले आंबे.

पण हे आम्रवृक्षा, तू काहीच नाही बोललास. कुणाला घ्या म्हणाला नाहीस. कुणाला काही घेऊ नका, असेही म्हणाला नाहीस. ‘तो’ म्हणाला, पाहिलंस? असे असते सात्त्विक दान. केवळ द्यायचे. वेळी अवघे उधळून टाकायचे. पण दिले, उधळले हे मनीही नाही. मग बोलण्यात कुठून?

अरे, पण हा कोण येत आहे? काय आहे त्याच्या हाती? कुऱ्हाड?

वृक्ष तोडण्यासाठी का आला आहे हा?

खूप लांबून आलेला दिसतो आहे. उन्हाचा चालत आलेला आहे. दमलेला दिसतोय.

बस बाबा, बस जरा या वृक्षाच्या सावलीत. कर जरा हाश् हुश्. निपट जरा निढळीचा घाम.

काय बघतो आहेस वर? ठरवितो का आहेस, कुठली फांदी तोडावी ते?

अरे बाबा, वृक्षा, आता तरी बोल ना काहीतरी. हा निघाला आहे तुझे हातपाय तोडायला.

'तो' म्हणाला, तो काही बोलणार नाही. कुणी जळें सिंपा, कुणी करा निगराणी, कुणी वाढवा, कुणी अलक्षा. वा कुणी छेदवा, हा सर्वांशी समान.

– हे वृक्षांनो, आता कळते आहे मला थोड थोडी तुमची कहाणी. उमगते आहे मला तुम्ही ज्ञानी, तुम्ही कर्मी, तुम्ही समी. तुम्ही भगवंताचे.

'तो' म्हणाला, कळले का आता तरी तुला? घे आता हा वृक्षवसा. उतू नको, मातू नको, हा घेतला वसा टाकू नको.

अशी ही तुमची कहाणी – साठा उत्तरांची. होऊ दे पाचा उत्तरी सफल संपूर्ण.

टिपा :

(१) 'तो' = ज्ञानदेव

ज्ञानदेवीतील संदर्भ

- 'सारस्वताचे गोड झाड' – (११.१९)
- वसंताचें रिगवणें...
- वृक्षतळींची ओल – वृक्षाची बाहाली (= विस्तार) (१३.१७८ – १७९)
- झाडे फुलतात, फळे धारण करतात पण त्यांना हे कळतही नाही. – (१३.५२८)
- गोरुवें बैसलीं रुखाखाली (१३.५९५)
- वाटसरू – सात्त्विक दान (१६.८५)
- वृक्ष लावणारा वा तोडणारा – दोघांशी समान वृत्ती (१२.१९८)

एकनाथ –

पत्र पुष्प छाया फळ। त्वचा काष्ठ समूळ।
वृक्ष सर्वांगें सफळ। सर्वांसी केवळ उपकारी।
जो वृक्षा प्रतिपाळी। कां जो घावो घाली मूळीं।
दोनींतें वृक्ष पुष्पीं फळी। समानमेळीं संतुष्ट।

मोडूनि फळें आलिया वृक्षें। वृक्षु एकही स्वयें न चाखे।
तेवों कर्मफळा जो न टेंके। तो यथासुखें परब्रह्म ।।

(ए.भा. ११.८६९ ते ८७१)

तुकाराम – झाड कल्पतरू। न करी यात्रकी अव्हेरु । (५९१)

(२) गाण्याचे झाड – ज्ञानदेवी अ. ३ (+ ५, ९, १२) चे संपादक
मंगरूळकर केळकर प्रस्तावनेत म्हणतात, 'ज्ञानदेवीत केवळ तत्त्वविचारांच्या
विटांवर विटा ठेवून इमारत बांधण्याचा प्रयत्न नसून गाण्याचे झाड बांधितात
त्याप्रमाणे काही व्यक्तित्वसंपन्न, एकजिनसी, स्वतंत्र, चैतन्याने थरथरणारा
असा आत्माविष्कार करण्याचीही ईर्ष्या आहे.' (उपन्यास पृ. २९) याच
पानावरील पादटीपेत, 'गाण्याचे झाड' हे वर्णन बालकृष्णबुवा इचलकरंजीकर
यांचे असल्याचा उल्लेख केलेला आहे.

६. गोष्ट एका स्वयंवराची

एक होता राजा. त्याला होती एक मुलगी – रूपसुंदर, चतुर, दक्ष व जिज्ञासू. मुलगी राजाची लाडकी होती. राजाने कुलगुरूंकरवी तिला सर्व प्रकारचे शिक्षण दिले.

राजकन्या मोठी झाली. विवाहाचे वय झाले. राजाला चिंता, कुणाला द्यावी? कसा असेल तो? ही तर अशी पंडिता, हिला अनुरूप वर कसा शोधावा?

राजकन्येला विचारले, तर ती म्हणाली, "मी ब्रह्मवादिनी होणार. मला कशाला हवा विवाह? कशाला हवा प्रपंच?"

राजा म्हणाला, 'वेडी का तू? विवाहाशिवाय स्त्रीला गती नाही.'

राणीनेही आग्रह धरला. आईच्या डोळ्यांतील पाणी पाहून राजकन्या विवाहास कशीबशी तयार झाली. म्हणाली, 'मी विवाह करीन, पण जो खराखुरा ज्ञानी पंडित असेल, त्याच्याशीच.'

राजाने मानले. मग राजकन्येचे स्वयंवर मांडले. देशोदेशी वार्ता गेली, 'जो कुणी ज्ञानी पंडित असेल त्याच्याच गळ्यात राजकन्या माळ घालील.'

स्वयंवर मंडप तयार झाला. राजा, मंत्री, राजकन्येचे गुरू – सारे आसनस्थ झाले.

अनेक पंडित स्वयंवरासाठी आले होते. कुणी या वा त्या विद्येत पारंगत होते. आपापल्या पांडित्याची मोरपिसे मिरवीत बसले होते. एकमेकांकडे पाहून गुरगुरत होते.

राजकन्या आली. हाती माळ घेऊन उभी राहिली. मंत्रिमहोदयांनी सर्वांचे स्वागत केले. राजकन्येचा पण सभेपुढे मांडला. "जो कुणी ज्ञानी पंडित असेल, त्याच्याच गळ्यात राजकन्या माळ घालील. तेव्हा आपापल्या विद्यानैपुण्याचा परिचय करून द्यावा."

राजकन्येची सखी तिच्या सोबत होतीच. दोघी एकेका पंडितासमोरून जात होत्या. प्रत्येकापुढे त्या थबकत. तो आपले पांडित्य फुलवी.

“मी वेदज्ञ. चारही वेद माझ्या जिव्हाग्री आहेत.”

“मी शिक्षाशास्त्री, संहितापाठ, पदपाठ, घनपाठ - अवघे मला पाठ, वेदोच्चार अचूक हवेत. नसतील तर स्वर्ग दुरावतो.”

राजकन्या हळूच म्हणाली, “आमच्या वाड्यातील राघूमैनाही घनपाठी आहेत.”

माळ पुढे सरकली.

“मी याज्ञिक, यज्ञ, याग, इष्टी - अवघे शास्त्र मी जाणतो; मंडले मांडून दाखवतो. आश्वलायन, शांखायन सारे सूत्रकार माझ्यावर प्रसन्न आहेत.”

हे सांगताना त्याने आपल्या शिरोभूषणातील मोरपिसे सारखी केली.

राजकन्या हळूच म्हणाली, “दिसतेच आहे ते. तुमच्या मस्तकीच्या मोरपिसांवर यज्ञीय धूमाची रेषा उमटलीच आहे.”

“मी वैयाकरण, शंकराचा डमरू माझ्या कानी निनादन असतो. मुनित्रयांचा वरदहस्त माझ्या मस्तकी आहे. व्याकरणाधारे मी भाषेचे वस्त्र विणतो.”

सखी राजकन्येच्या कानी कुजबुजली, “बघ बाई यालाच घाल माळ. विपुल वस्त्रे मिळतील.”

राजकन्या म्हणाली, “नको बाई. सतत पदच्छेद करून हा नेसते वस्त्रही छिद्रालंकृत करील.”

असे चालू होते. प्रत्येक पंडित वाजवीत होता आपापल्या विद्येचा डंका.

हा छंदःशास्त्री.

राजकन्या म्हणाली, “अहो तुमचे छंद म्हणजे मरणभयाने भ्यालेल्या देवांची प्रावरणे.”

हा ज्योतिर्विद.

“तुमच्या नक्षत्रांमुळे उजाडते काय हो?”

आता माळ मलूल होत चालली होती.

अजूनही काही पंडित होतेच. कसे?

कुणी स्वतःला व्यासांचा अवतार मानून राजवंशावळी गुंफीत होते.

कुणी व्रतांची फळे चाखवीत होते. कुणी गात होते तीर्थांची महती.

यातून कुठले संजीवन मिळणार त्या माळेला?

न्यायवैशेषिक. त्यांच्या मस्तकीची मोरपिसे तर जोरजोराने फडफडत होती.

वादपटू. त्यांच्या हाती मशाली. माळ कोळपू लागली - राजकन्या म्हणाली, “तुम्ही अवघे विद्यापंडित. वंदन करते मी तुम्हाला. पण मला एकच सांगा. तुमच्यापैकी कुणी जाणला आहे का तो- जो आहे बुद्धीच्या पलीकडे?”

यावर सारे पंडित कुत्सितपणे हसले. म्हणाले, ''कोण तो? काय आहे बुद्धीच्या पलीकडे? हां. आता कुणीकुणी म्हणतात खरे तसे. पण ते मृगजळ आहे. त्याच्यापाठी धावण्याने श्वास मात्र लागतो. त्यातून ना धनाची प्राप्ती, ना मानाची.''

निराश झालेली राजकन्या मंचाकडे परतली. कुलगुरूंना वंदन करून म्हणाली, ''असे कसे हे विद्यापंडित? मला हवा आहे तो ज्ञानी यात कुणीच नाही.''

कुलगुरू म्हणाले, ''बाळे, उमगले ना आता तुला? यांच्या मस्तकीच्या मोरपिसांवर जाऊ नकोस. तशी ती त्यांनी अंगभर धारण केली तरी काय उपयोग? त्या मोरपिसांवरच्या डोळ्यांना दिसते थोडेच? त्यांचे केवळ रंग पाहून घ्यावेत. तुला हवा आहे तो ज्ञानी स्वयंवरासाठी येईलच कसा? आणि आलाच तरी स्वत:विषयी बोलेलच कसा?

हे जे आले आहेत ना, त्यांच्या आत्मप्रौढीवर जाऊ नकोस. त्यांनी लावून ठेवला आहे बोलाचा पिंपळ. सर्वांना दिसावे म्हणून त्याला कटिसूत्रही बांधून त्यांनी त्याची मुंज लावली आहे.

तुला हवा आहे जो ज्ञानी, त्याचे असतेपण ही डोळ्यांत भरणार नाही कुणाच्या. त्याचे नावही माहीत असणार नाही कुणाला; मग गाव कुठले?

कधी असा दिसलाच तुला तर तो मग्न असेल स्वधर्माचरणी, करीत असेल रोजचेच काम भगवंताचे म्हणून. तो उगीच देवदेव करणार नाही. व्रते आचरणार नाही. याज्ञिक, धर्मध्वजी होणार नाही. त्याला पाहून स्वत: तीर्थेच पावन होतील. असा कुणी भेटलाच तुला तर तू 'तोच' होशील.''

राजकन्येला उमगले. हृदयी रुतले. अवघा पालट झाला. माळ एकाएकी तजेलदार दिसू लागली. सुगंध दरवळला. वाऱ्याची एक झुळुक आली. माळ उडाली व तिच्याच गळी विराजली.

सभा संपली. आले पंडित निराश होऊन निघून गेले. त्यांचे मस्तकीची मोरपिसे वाऱ्याने इतस्तत: विखुरली. बाहेर पिंपळावर कावळे कावकाव करीत होते. ती विखुरली पिसे खोचून ते चारी दिशांना उडाले.

टिपा :

(१) ज्ञानदेवीतील संदर्भ -

- 'मोराच्या अंगभर डोळस पिसे असतात परंतु एक दृष्टी मात्र नसते.' (१३.८३३)
- अशी एक अध्यात्मविद्या आहे, की जीमुळे आत्म्याचा साक्षात्कार होतो, असे ऐकले की पंडित तिचा उपहास करतात. (१८.८२३)

- व्याकरणात तरबेज, तर्कशास्त्रात गाढा विद्वान पण तो पंडित अध्यात्मशास्त्रात ठार जात्यंध असतो.
- नक्षत्रांमुळे काही उजाडत नसते. - (१८.८३१) (१८.८३२)
- अज्ञानी माणूस वाणीच्या पिंपळावर कटिसूत्र बांधतो, आपल्या विद्येचे अवडंबर माजवतो व नावलौकिकासाठी पुण्यकृत्यांचा डांगोरा पिटतो. (१८.६५७-६५८)
- 'माझे अस्तित्व लोपो, नामरूप नाहीसे होवू दे...'' हे ज्ञानी माणसाच्या अमानित्वाचे- लक्षण (१८.१९७)
- एकनाथ

मोराअंगीं अतिडोळसें। आंगभरी भरली पिसें।
एके दृष्टीवीण आंधळे जैसे। जाहले तैसे विद्वांस।। (ए.भा. ११.५२६)

(२) काही अन्य संदर्भ व शब्दार्थ -

ब्रह्मवादिनी - विवाह न करता आजन्म अध्ययन - अध्यापन करणारी स्त्री. (या उलट विवाह होईपर्यंत शिकणारी ती 'सद्योवधू')

या शब्दाचा मुळात गायत्री वा सावित्री मंत्राशी संबंध आहे. उपनयनविधीमध्ये या मंत्राची दीक्षा दिली जाते. तेव्हापासून ब्रह्मचर्याश्रम सुरू होतो. यावरून अशी मंत्रदीक्षा प्राप्त झालेली ती ब्रह्मवादिनी.

ऋग्वेदातील पुढील काही सूक्तकर्त्या या ब्रह्मवादिनी होत्या, अपाला, घोषा, सूर्या, शची, गोधा, अदिनी, विश्वधारा, आत्रेयी, वाक, श्रद्धा, यमी इ. (जोशी वैदिक - १३१)

बृहदारण्यकात (३.६.१) मध्ये निर्दिष्ट 'गार्गी वाचक्नवी' ही ब्रह्मवादिनीच होती.

शिक्षाशास्त्री - शिक्षा, कल्प, व्याकरण, ज्योतिष, छंद व निरुक्त ही सहा वेदाङ्गे (= वेदांच्या अभ्यासासाठी उपकारक ग्रंथ)

यांपैकी शिक्षा = उच्चारशास्त्र. अनुदात्त, उदात्त व स्वरित हे उच्चारातील भेद. (याचा अधिक विचार पुढे कथा क्र. २० मध्ये येणार आहे.) + (पहा - लेले - ४७-४८)

पाठपद्धती - संहिता, पद, घन इत्यादी पाठपद्धतींची विशेष माहिती 'ऐतरेय ब्राह्मण - तिसरे आरण्यक' येथे मिळते. या पद्धतींनी वेदमंत्र पाठ केल्यामुळे वेदसंहितेचे रक्षण झाले.

(पहा - लेले - १५ ते १७)

यात्रिक - सहा वेदाङ्गांपैकी ‘कल्प’ ग्रंथात यज्ञयागांचा तपशील येतो.

सूत्रकार - आश्वलायन, शांखायन हे मुनी. (लेले - ४९-५०)

वैयाकरण - शंकराच्या डमरूतून ‘अइउण् ऋलृक्’ इत्यादी चौदा सूत्रे बाहेर पडली. त्यांना माहेश्वर सूत्रे म्हणतात. यांच्या आधारे पाणिनीने आपला ‘अष्टाध्यायी’ हा व्याकरणग्रंथ रचला. यावर कात्यायनांनी ‘वार्तिक’ लिहिले. त्यावर पतंजली मुनींनी ‘महाभाष्य’ लिहिले. म्हणून पाणिनी, कात्यायन व पतंजली हे व्याकरणशास्त्राचे ‘मुनित्रय’ (लेले - ५३)

छंद - या वेदाङ्गामध्ये वेदांतील विविध छंदाचे विवेचन येते. ‘छंद’ या शब्दाचे स्पष्टीकरण छांदोग्यामध्ये आले आहे. ‘मृत्यूपासून भय वाटणारे देव वेदविद्येत प्रविष्ट झाले. त्यांनी स्वत:ला छंदांनी आच्छादित केले. हेच त्या छंदांचे छंदत्व होय. (छांदोग्य. १.४.९) याचाच आधार कथेत घेतला आहे.

धर्मध्वजी - गीता १६.४ मध्ये दंभ, दर्प इत्यादींचा निर्देश आसुरी संपत्ती म्हणून आला आहे.

यापैकी ‘दंभ’ या विशेषणाचे स्पष्टीकरण देताना शंकराचार्य म्हणतात. ‘धर्मध्वजित्वं दंभ:’

धर्मध्वजित् / धर्मध्वज: = ढोंगी

‘धर्मध्वजी लिंगवृत्ति:’ (अमर. १४६०) = साधुत्वाचे केवळ बाह्य चिन्ह धारण करणारा. (लिंग = चिन्ह)

- हा शब्द भागवतातही आला आहे. (भागवत ३.३२.३९)

ज्ञानदेव याचे वर्णन पुढीलप्रमाणे करतात.

जैसी आपुली जननी। नग्न दाविलेया जनीं।
तरि तीर्थ परि पतनीं। कारण होए।। (१६.२१६)

जो बुद्धीच्या पलीकडे आहे - (गीता ३.४२)
(ज्ञानदेवी - ३.२६३-२६४)
याचे विवेचन ‘ठाणवई’ या प्रास्ताविकात (टीप ६) आले आहे.

७. अवतरे भ्रमांचा वेतालु

कोंढातील वस्ती, नगराबाहेरची. कोण राहती येथे? या नाचण पोरी. अंगे हलवून भुलविणाऱ्या. हे त्यांचे डफबडवे. हे तुणतुण्ये. हे रावांपुढचे लाळघोट्ये... आणि या भुरळ घालून देह विकणाऱ्या स्त्रिया.

दिवसभर नगर हिंडून आता सांजवेळी हे वस्तीकर येथे कोंढात परतले आहेत. उघड्यावर पसरले आहेत. आज कुठेतरी चांगलाच हात मारलेला दिसतो आहे त्यांनी. हे पळव, हे ढाप, असे दिसेल ते गाठी बांधले आहे. चोरली वस्तू विकून मिळाले चार आठ दाम.

हां. आता त्यातले बुडाले काही वारुणीमध्ये. पण तरीही काहींच्या कमरेला काही दाम खुळखुळताहेत.

ही कोण आली? लचकत, मुरडत, उलटे केस, वाकड्या भिवया, उताटली आहे. उगीच सावरीत आहे पदर निऱ्या.

केसात फुले. कुणी तुरंबिली?

आहे एक जुवारी. आज त्याला जुव्वा चांगलाच फळलेला दिसतो आहे.

ही नाचणही त्याच्याचकडे पाहून हसते आहे. ओठ चावते आहे. डोळे मोडते आहे.

डफांनी ताल धरला आहे. तुणतुण्याची साथ आहे. हिचीही पावले थिरकत आहेत.

वळली ही त्या जुवाऱ्याकडे. ढापाढापीचा बहुत दाम असतो त्याच्या कमरेला.

आलीच ती त्याच्या अंगाशी. वाकली, ढळला पदर तसाच ठेवून बसली मांडीवर. एक हात गळ्यात घालून मस्तक घुसळते आहे त्याच्या छातीवर.

भुरभुरणारे केस. फुलांचा सुगंध, देहाचा उग्र वास, त्यातच भर घालणारी कानीची कुजबुज.

मग आता याच्या अंगी वेताळ संचरण्यास कितीसा वेळ लागणार?

चांगलाच रंगात आला आहे तो आता. मिश्यांना पीळ देत त्याने काढला कमरेचा कसा. घेतली मूठ भरून व उधळली ती नाणी कंचुकीवर.

केला असा त्याने तिच्या देहाचा सत्कार.

होय. हे दान वेताळाचे. ते देऊन ते राव संतोषले.

टिपा :

(१) संदर्भ - ज्ञानदेवी (१७.२९३ ते २९८)

हे वर्णन तामस दानाचे

मूळ गीताश्लोक असा-

अदेशकाले यद्दानमपात्रेभ्यश्च दीयते।

असत्कृतमवज्ञातं तत् नामसमुदाहृतम्।। (१७.२२)

यातील काही शब्दांचे शंकराचार्यकृत स्पष्टीकरण असे.

- *अदेश* = म्लेंच्छ, अपवित्र लोकांची वस्ती असलेले ठिकाण
- *अकाल* = पुण्यकारक नसलेली वेळ
- *अपात्र* = मूर्ख, चोर इत्यादी लोक.

ज्ञानदेवांच्या प्रसंगवर्णनात - अदेश = म्लेंच्छांचे वसैटे, दांगांणे (अरण्ये), कैकटे (कैकाड्यांची वस्ती), सिहबीरे (या लोकांची शिबिरे), चौहटे (चव्हाटे) - असे शब्द येतात. अकाल - चा अर्थ ते सांजवेळ असा करतात.

- निवेदित कथेत - अशा वस्तीला 'कोंढ' म्हटले आहे.

हा शब्द ज्ञानदेवी (३.२३७) मध्ये आला आहे. तेथे कामक्रोधांना 'इंद्रियग्रामीचे कोंढ' म्हटले आहे.

- 'कोंढ' = गावकुसू असा अर्थ बहुतेक संपादक करतात. वास्तविक कोंढ म्हणजे या गावकुसाबाहेरची वस्ती, तेथील लोक, कामक्रोधांना 'कोंढ' का म्हटले? कारण इंद्रिये घसरणार ती याच ठिकाणी.
- *दृष्टान्तपाठ* - दृष्टान्त क्र. १६ मध्ये एक 'मैळा चोर' आहे. तो 'बांद' (= गुलाम) पकडून आणतो. त्याच्या जातभाईंचा उल्लेख येथे पुढीलप्रमाणे आला आहे. गाणें, भाटें, थोंटी, सीमूरें, रांधवणें, सामान्य स्त्रीया व कालाळे.

ज्ञानदेवांच्या वर्णनात - भाट, नागारी, सामान्य स्त्रिया व जुवारी यांचा उल्लेख येतो. (१७.२९५)

हे सर्व मूळ 'अपात्र' या गीताशब्दाने उल्लेख केलेले लोक.

(२) प्रा. म. वा. धोंड यांनी ज्ञानदेवीतील प्रस्तुत वर्णनाला, 'ज्ञानेश्वरीतील तमाशा' असे यथार्थ नाव दिले आहे. (धोंड - लौकिक - १२६)

ते म्हणतात, ''यात तमाशा, लावणी किंवा तत्सम अन्य शब्द आलेला नसला तरी ते वर्णन वाचताना आजचा तमाशा ठससशीतपणे डोळ्यांसमोर उभा राहावा एवढे ते चित्रदर्शी आहे. हे वर्णन तामस दानाच्या संदर्भात आले आहे. चोरी, वाटमारी, जुगार इत्यादी वाममार्गांनी धन जोडावयाचे आणि तमाशात दौलतजादा करण्यात उधळावयाचे - हेही दानच पण तामस.''

याच संदर्भात प्रा. धोंडांनी कल्हणाच्या 'राजतरंगिणी' या ग्रंथातील अशाच वर्णनाचा उल्लेख केला आहे. ते म्हणतात, ''ज्ञानदेवांनी राजतरंगिणी वाचलेला असणारच, शिवाय त्यांनी तमाशाही प्रत्यक्ष पाहिला असावा.'' (उक्त - १२८)

प्रा. धोंडांनी 'मऱ्हाटी लावणी' या ग्रंथाच्या द्वितीयावृत्तीमध्ये (१९८८) परिशिष्टात राजतरंगिणीच्या उपरोक्त भागाचे भाषांतर दिले आहे.

- माझ्या हाताशी यावेळी कल्हणाच्या राजतरंगिणीचे 'माधवराव लेले' यांनी केलेले भाषांतर आहे. (१९२९)

त्याची प्रस्तावना व अन्य काही संदर्भ यांच्या आधारे थोडी माहिती घेऊ.

'कल्हण' हा इ. स. १२ व्या शतकातील प्रसिद्ध इतिहासकार कवी. त्याचे मूळ नाव 'कल्याण'. 'राजतरंगिणी' हा संस्कृत श्लोकबद्ध ग्रंथ आठ तरंगांचा (= प्रकरणे) ७८२६ श्लोकसंख्येचा आहे. या ग्रंथात तो काश्मीरच्या राजघराण्याचा इतिहास देतो. त्याचा पिता 'चंपक' हा काश्मीर नृपती हर्ष (इ.स. १०७६ ते ११०१) याचा विश्वासपात्र मंत्री होता. स्वाभाविकच कल्हणाची माहिती ऐतिहासिक दृष्ट्या महत्त्वाची आहे.

कल्हण हा शैव असून प्रत्यभिज्ञादर्शनांचा अनुयायी होता. याच दर्शनावर अभिनव गुप्ताचा काव्यशास्त्रीय विचार अधिष्ठित आहे. ज्ञानदेवांचे अभिनवगुप्ताशी असणारे तात्त्विक व काव्यशास्त्रीय नाते लक्षात घेता, त्यांनी कल्हणाचा ग्रंथ पाहिला असावा, ही धोंडांनी वर्तविलेली शक्यता योग्य वाटते.

प्रा. धोंडांनी उपरोक्त परिशिष्टात दिलेले भाषांतर 'तरंग' पाचमधील ३५१ ते ४१३ या श्लोकांचे आहे. हे वर्णन आहे राजा चक्रवर्म्याचे. धूर्त विटांच्या व लबाड भाटांच्या तावडीत सापडून या राजाने अनेक अनैतिक कृत्ये केली. त्या राजाला हंसी व नागलता या दोन नर्तकींनी कसे भुलविले होते याचे तपशीलवार वर्णन कल्हणाने केले आहे. तमाशातील बाईच्या अंगविक्षेपांशी ते समांतरच आहे.

८. भट नागवे पळती

गर्गाचार्य हे यादवांचे कुलगुरू. नंदाने त्यांना बोलावून घेतले. कारण घरी बाळ आले होते. त्याचे जातकर्म करायचे होते. गर्गाचार्य आले. जातकर्माचा अवघा विधी सांगोपांग पार पडला. बाळाचे नाव ठेवले 'कृष्ण'. त्याचे भविष्यही वर्तविले. 'हा परमेश्वरच. बालपणीच पराक्रम करील. संकटे येतील पण याला पाहून दूर पळतील. कुणी काही करील, कुणी काही सांगेल. पण भयाचे कारण नाही. भयच याला घाबरेल व दूर पळेल.'

बाळाचे भविष्य ऐकून नंद यशोदा सुखावली. गोपगोपी आनंदली. 'दृष्ट काढा हो याची. मीठ मोहऱ्या ओवाळून टाका. अंगारा लावा. झाकून ठेवा हे माणिक. नको कुणा पाप्याची दृष्टी यावर पडायला.' अशी साऱ्यांचीच गडबड उडाली.

...पण हे कोण बरे येताहेत इकडे? कसे पांढरे स्वच्छ धोतर. चांगल्या मोठमोठ्या वीतवीत निऱ्या काढल्या आहेत. खांद्यावर उपरणे. कपाळी त्रिपुंड्र. पाठीवर भली मोठी शिखा गाठ मारलेली. खांद्यावरून पुढे आलेले यज्ञोपवीत कसे पोटावर रूळते आहे! आणि काखेत काय आहे? पोथी असावी. हाती तबक आहे. गंधफुले. वाटेत भेटेल त्याला आशीर्वाद देत आहेत. त्याच्या कपाळी गंधाचा टिळा लावताहेत.

"गुरुजी, कोण आपण? कुठून आलात? कुठे जावयाचे आहे?" भट प्रसन्नपणे हसले. म्हणाले, "आम्ही महाबळभट. आम्ही पंडित, ज्योतिषही जाणतो. नवजात बालकांचे जातक करतो. कुंडली मांडतो. भविष्य वर्तवितो. आहे का गोकुळी कुणी नवे बाळ जन्मले?"

गोकुळीच्या लोकांनी पाहिले, "वा: चांगले भले ज्योतिषी दिसताहेत. नंदराजाच्या घरी नवे बाळ जन्मले आहे. त्याचे भविष्य यांच्याकडून मांडून घेऊ या."

"चला महाराज" म्हणून भटांना नंदाघरी आणले. मग भटांना कुणी हातपाय

धुण्यास पाणी दिले. ''वा: वा:! हे ठीक केले हो. बहिरागतासी पादप्रक्षालनशुद्धी हवीच.''

एका गोपीने पाणी घातले. भट प्रसन्नले. पादप्रक्षालन झाले. मुखही प्रक्षाळिले. शिखा सोडली बांधली. मग कुणी पिढे दिले. ''भटो बसावे.''

भटांनी पुढच्या निऱ्या मागे घेतल्या. मागल्या निऱ्या चापपल्या. मग बसले पिढ्यावर. उपरणे मांडीवर घेतले. अंगुष्ठतर्जनीने यज्ञोपवीत सारखे केले.

''कुठे आहे बालक? आणा त्याला, पाहतो त्याचे जातक.'' यशोदाबाई कृष्णाला मांडीवर घेऊन बसल्या. भटांनी जन्मवेळ विचारली. पंचांग काढून पाहिले. बोटे मोडून रास मोजली. डोळे मिटून गणित केले.

सारीजण त्यांच्याचकडे पाहत होती. चेहरा काळजीचा दिसला.

''भटो, काय झालं?''

भट थोडावेळ बोललेच नाहीत. काळजी वाढली.

''सांगा महाराज, काही विपरीत तर नाही ना?''

''विपरीत? अहो मुलाला मूळनक्षत्र लागले आहे. फारच वाईट.''

''पण महाराज, गर्गाचार्यांनी तसे काहीच सांगितले नाही.''

''गर्ग? त्याला काय कळते? त्याला धड पंचांग तरी पाहता येते काय? गणित मांडता येते काय?''

''बरं. महाराज, मग आता उपाय सांगा.''

''उपाय? मूळ नक्षत्री जन्मले बालक अशुभ. संपूर्ण कुळाचा नाश करील. याला सरळ उचला व यमुनेच्या डोहात विसर्जन करा.''

कृष्ण शांतपणे आईच्या मांडीवर पहुडला होता. मध्येच पदराखाली तोंड लपवून हसत होता.

इतक्यात मोठे नवलच घडले. महाबळभट बसले होते ते पिढे ताडकन उडाले. भट उपडे पडले. तोवर पिढे खाली येऊन भटांवर आदळले.

आणि एवढ्यावरच कुठले थांबायला? बाजूची पाटपिढीही हलू लागली. आता तीही ठोकणार की काय?

भट घाबरले. मनी उमजले, 'आता येथे थांबण्यात अर्थ नाही.'

कसेबसे उठले. पंचांग गुंडाळले. पळत सुटले.

पण ती पाटपिढी कुठली थांबायला? टणाटण उड्या मारीत आली मागोमाग व दिला भटांना चोप.

भट पळतच होते. धोतर पायी अडकले. भट पुन्हा उपडे पडले. तोवर पिढी

आलीच. त्यांच्या जोडीला मुसळे, पाटेवरवंटे, जाती - अरे बापरे! आता काही खरे नाही.

पळा. पळा. पण किती पळणार? पिढीमुसळे पाठलाग करीतच आहेत. धोतर कसेबसे सावरले. फाटले पंचांग टाकले.

पळा पळा.

किती पळणार? किती सावरणार? सुटलेच की धोतर शेवटी. गोकुळीची मंडळी गंमत पाहतच होती. भट नागवे पळती. पाटमुसळे ठोकती.

- पण भटांच्या आयुष्याची दोरी बळकट होती. म्हणूनच वाचले. तसेच नागव्याने कंसाच्या सभेत पोहोचले.

कंसाच्या सभेत? होय. ते कुठले भट हो? तो तर होता महाबळ नावाचा राक्षस, कंसाने कृष्णाला मारण्यासाठी पाठविलेला.

पण झालं उलटच. त्याला परस्परच शासन झाले. कंस धास्तावला.

इकडे गोपगोपींनी सुस्कारा सोडला.

कसले भट? कसले पंचांग? कुठले मूळ नक्षत्र?

उगीच काय सांगतो हा मेला!

बरे झाले. कृष्णाचे मूळ नक्षत्र भटाच्याच मुळावर आले.

टिपा :

(१) प्रस्तुत कथा नामदेवांच्या कृष्णचरित्रातील काही अभंगांवर आधारित आहे. (नामदेव - ५७ ते ६०)

नामदेव कथित श्रीकृष्णचरित्र जरी प्राय: भागवतादी ग्रंथांवर आधारलेले असले तरी, प्रस्तुत प्रसंगकथेला एका लोककथेशिवाय अन्य आधार नाही.

ही कथा समकालीन व नंतरच्या काही साहित्यकृतींतही मिळते.

उदा. १) श्रीचक्रधर निरूपित श्रीकृष्णचरित्र - कथा क्र. २

२) मुरारीमल्लविरचित बाळक्रीडा - (ओव्या २६३ ते २९३)

३) संत भानुदास - (सकल. २.९३)

४) रामदास - रामकृष्णांची चरित्र शतके (पांगा ३७५) - (रामकृष्णांची) लघुचरित्रे (पांगा ३६३)

५) निळोबा - (सकल २. १७ ते २१)

श्रीधराने येथे दिलेला नारद पुराणाचा आधार प्रामादिक आहे.

६) श्रीधर - हरिविजय (अ. ४)

७) गं. दे. खानोलकरांनी 'कृष्णदास ताना' नामक कुणा महानुभावीय कवीच्या

बालक्रीडा नामक काव्यातील 'महाबळभटकथन' या प्रसंगाचा उल्लेख केला आहे. (खानोलकर ४०-४१)

(२) अभ्यासकांनी या कथेकडे दोन दृष्टींनी पाहिले आहे. एक दृष्टी आदिबंधात्मक आकलनाची व दुसरी अंधश्रद्धानिर्मूलनाची.

जगभरच्या पुराणकथांमध्ये दैवी शक्तीचा वीरनायक हा एक महत्त्वाचा आदिबंध मिळतो. श्रीकृष्णाचे लोकमानसात रूढ झालेले रूप हे असेच अद्भुत वाटणारे बालवीराचे चरित्र आहे. मूळ भागवती कथेतही त्याच्या बालपणीचे अनेक पराक्रम वर्णिलेले आहेत. लोकमानसाने त्याच्याशी संवादी असे अनेक प्रसंग निर्मिलेले आहेत. प्रस्तुत प्रसंग हा त्यांपैकीच एक.

दुसरी दृष्टी ही मूलत: संतांना अभिप्रेत असणाऱ्या निष्काम भक्तीची आहे. नवससायास, भुतेखेते, फलज्योतिष इत्यादींवर लोकमन नेहमीच विश्वास ठेवते. परंतु संतांच्या कथनात नेहमीच अशा प्रकारच्या अंधश्रद्धांवर प्रकट वा सूचक पद्धतीने केलेली टीका असते.

महाबळभट हा मुद्दामच कृष्णाचे विपरीत जातक सांगतो. भविष्यावर श्रद्धा असणारे यशोदेचे मन त्यामुळे स्वाभाविकच भयग्रस्त होते. पण श्रीकृष्णाने निर्जीव वस्तूंनाही प्रेरणा देऊन महाबळभटास चांगला ठोक देऊन पळविले. एकनिष्ठा, विवेकी भगवद्भक्तीपुढे कोणतेही भय टिकत नाही हेच या कथेतून सूचित केले आहे.

- अधिक विवेचनार्थ पहा -

१) ढेरे - श्रीकृष्णचरित्र - प्रस्तावना - २६

२) ढेरे (वाळिंबे) - बाळक्रीडा - प्रस्तावना १६ ते २१

९. कृष्णमुखीचे गणेश

अलीकडे कृष्णाच्या खोड्या वाढतच चालल्या होत्या. रोज त्याच्याविषयी काहीना काही तक्रारी घेऊन गोपी येत. एक म्हणे, हा आमच्या घरी चोरासारखा शिरतो, शिंक्यावरचे लोणी खातो व मडके फोडून टाकतो. दुसरी म्हणाली, काय सांगू माई, काल मी कशी सुरेख रांगोळी काढली होती, तर हा आला आणि तीवर मुतला. तिसरी म्हणाली, अहो काल दुपारची मी जरा लवंडले होते, तर याने गोठ्यातली वासरेच सोडून दिली. अशी एक ना दोन, किती म्हणून गाऱ्हाणी त्यांनी सांगावी!

यशोदामाईही वैतागल्या. काय करावे या कृष्णाला? एका गोपीने एक छान उपाय सांगितला. म्हणाली, ऐका माई, तुम्ही आपला गणपतीला नवस करा. सांगा त्याला हा कृष्ण निदान एक महिनाभर तरी शहाण्यासारखा वागला तर मी संकष्टीचे व्रत करीन. त्या दिवशी दिवसभर उपास करीन. संध्याकाळी तुझी साग्रसंगीत पूजा करीन; एकवीस मोदकांचा नैवेद्य दाखवीन. चंद्रोदय झाला की मगच उपास सोडीन.

यशोदामाईंना हा उपाय पटला. 'होय हो, होय. असंच करते. देवा गणेशा माझ्या या श्रीकृष्णाला चांगली बुद्धी दे. संकष्टीला तुला एकवीस मोदकांचा नैवेद्य दाखवीन.'

कृष्ण ऐकतच होता. मनी म्हणाला, "ठीक. त्या गणोबाला कशाला उगीच खोटं पाडा? राहू या काही दिवस शांत." आणि खरंच कृष्ण कसा निमूट घरी राहिला. कुणाकडे जाणं नाही, कुणाचे दूध सांडणे नाही. कशाला उगीच कुणाचं लोणी पळवा? का उगीच सोडा कुणाची वासरं?

यशोदामाईंना वाटले, गणपती नवसाला पावला. शहाणा झाला माझा बाळ.

मग आल्या संकष्टीला यशोदामाईंनी दिवसभर कडक उपास केला. संध्याकाळी पुन्हा स्नान केले. देवपूजेची तयारी केली. आणि बसल्या मोदक करायला.

आता मोदक करायचे म्हटले, म्हणजे थोडी का खटपट असते? पण हवीच ना ती करायला?

झाले एकदा मोदक तयार. ठेवले हाऱ्यामध्ये नीट मांडून. कृष्ण सगळी गडबड पाहतच होता. हिंडत होता आईच्या मागेमागे. ''आई, मला कधीची भूक लागली आहे. मला दे ना मोदक.''

'थांब रे जरा. अजून गणेशाची पूजा व्हायची आहे. त्याला नैवेद्य दाखविला की मग घ्यायचा प्रसाद. चंद्र वर आला का? थांब हं. मी बघून येते.' पण कृष्णाला कुठला धीर निघायला? त्याचे मोदकांकडे लक्ष होते. कुठला गणेश नि कुठला चंद्र!

आई बाहेर गेलीसे पाहून कृष्णाने हळूच एक मोदक उचलला. तोंडात टाकला. वा:! छानच लागतो आहे की! म्हणून मग दुसरा... तिसरा...

बघता बघता सगळे मोदक झाले गडप.

यशोदामाई आल्या. चंद्र दिसला होता. आता पूजा, नैवेद्य.

पण हे काय? मोदक कुठे गेले?

''काय रे कृष्णा, तू खाल्लेस की काय?''

''काहीतरीच काय आई? बघ जरा माझ्या पोटाकडे. इवलासा मी; इवलेसे माझे पोट. त्यात राहतील तरी का?''

''अगंबाई! मग गेले तरी कुठे मोदक?''

''तुला सांगू का आई? तू मघाशी बाहेर गेलीस ना? तेवढ्यात कितीतरी उंदीर येथे आले. त्यात एक मोठ्ठा, जाडाजाडा उंदीर होता आणि त्यावर बसला होता गणपती बाप्पा!

अरे बापरे! आई, अगं केवढं होतं त्याचं ते दोंद! कसला भयंकर दिसत होता! शेंदूर फासलेला आणि अशी सापासारखी सोंड हलवत होता. मला वाटलं, आता मला उचलून घेणार हा सोंडेनं. माझी बोबडीच वळली. तुला हाक मारणार होतो. पण तोंडून 'आ'च फुटेना...

त्यानं काय केलं माहीताय? भराभर उचलले सारे मोदक सोंडेनं आणि टाकले तोंडात! अबबब... केवढा त्याचा जबडा! भसाभस गेले सारे मोदक त्यात...

''आई! आई! मला जाम भीती वाटते ग अजून...'' असं म्हणून कृष्णाने छान गळा काढला.

यशोदामाई पाहत होत्या. त्यांना कृष्णाची सगळी नाटकं पाठ होती. त्यांचा थोडाच बसणार विश्वास?

''कृष्णा, उगीच काहीतरी बाता मारू नकोस. गणेश कसा येईल? आणि कुठले उंदीर? कुठून येतील इथे? उगीच रडून नको दाखवूस. इकडे ये पाहू असा... उघड पाहू तोंड. पाहू दे मला.''

कृष्णाने भला मोठा आ वासला.

यशोदामाईंनी डोकावून पाहिलं.

अगंबाई! हे काय? सगळं ब्रह्मांडच आहे दिसत.

त्यातच कितीतरी गणेशही होते. त्यातीलच एक म्हणाला, ''बाई, कशाला करता माझी पूजा? कशाला हवेत ते मोदक? अहो या कृष्णाचीच पूजा करा. त्यालाच द्या नैवेद्य. तोच आमचाही देव आहे.''

आणि हे पाहता पाहता, ऐकता ऐकता यशोदामाईची समाधीच की लागली.

जाणवले, हाच भगवंत. माझ्या पोटी आला. धन्य झाले मी!

टिपा :

(१) संदर्भ - नामदेव कथित श्रीकृष्ण चरित्रातील कविकल्पित कथा. (नामदेव ८३)
श्रीधर (हरिविजय - अ. ८)

(२) संतांच्या मते गणेश हे कनिष्ठ दैवत. या दैवताचा इतिहास पाहता मूळचा विघ्नदेव - विकासप्रक्रियेत विघ्नहर्ता झालेला.
तुकोबा त्याला 'लाडूमोदकांचा काळ' म्हणतात. (तुकाराम २३८४)

- संतांनी सतत व्रतवैकल्यात्मक धर्माचारांचा निषेधच केला आहे. तोच विचार नामदेव येथे कथारूपाने सांगतात.

- तुलनार्थ - व्रततप न करणें सर्वथा। न लगे तुम्हां तीर्था जाणें तया।
आपुलेंचि ठायी असा सावधान। करा हरिकीर्तन सर्वकाळ।।
(नामदेव १९८६)

- तुम्हीं व्रतनियम न करावे। शरीरानें न पीडावें।
दुरिकें ही न वचावें। तीर्थासि गा।। (ज्ञान ३.८९)

रजोगुणी - व्रता पाठिं व्रतें। आचरे इष्टापूर्ते।
काम्येंवांचूनि हातें। सीवे चि ना। (ज्ञान १४.१६७)
फळकामें जें माझें भजन। तें केवळ फळाचेंचि भजन
सकामें जें स्वधर्माचरण। ते प्रकृती जाण राजस।।
(ए.भा. २५.१८५)

- हाचि माझा शकुन। हृदयी देवाचे चिंतन।
(सेनान्हावी - सकल १.७३)

- गोहो यावा गावा। ऐसे नवसकरी आवा।
कैचें पुण्य तया गांठीं। व्रतें वेची लोभासाठी।। (तुकाराम ३०८०)

१०. रोटीसुटीचा खंडोबा

कार्तिक संपत आला आणि यशोदाबाईंची एकच धांदल उडाली. कसली म्हणून काय विचारता? आता मार्गशीर्ष सुरू होणार. खंडोबाचे नवरात्र बसणार ना? घरचा कुळधर्मच होता तो. नीट पाळायला नको का?

केवढीतरी तयारी करायला हवी. रोडग्यांसाठी पीठ दळून ठेवायला हवे. वांगी आणून ठेवायला कुणाला तरी सांगायला हवं. कांद्याची पातही हवीच. आणि वाघ्यामुरळीला जेवायला बोलावले पाहिजे ना? कुठे हिंडत असतील कुणास ठाऊक? वेळेवर सांगून ठेवायला हवं.

आता नंदराजाकडले प्रयोजन म्हणजे त्या दिवशी चार माणसे येणारच ना? भरपूर रोडगे भाजून ठेवायला हवेत त्या दिवशी. त्यासाठी चार गोपींना सांगून ठेवायला हवं. एक ना दोन किती कामं!

पण झाली एकदाची तयारी. नवरात्र बसलं. मग आली चंपाषष्ठी.

खंडोबाची यथासांग पूजा केली. फुले, बेल, दूर्वा, तुळशीत पार झाकून गेला खंडोबा!

इकडे रोडगेही तयार होत होते. वा: काय छान खमंग वास सुटला होता! भाजलेली वांगी... त्यात कांदा... वा: वा:!

कृष्ण नेहमीप्रमाणे आईच्या मागूनमागून हिंडतच होता. "आई, कुठे आहे तो खंडोबा? कशासाठी हे एवढे रोडगे? आई, मला भूक लागली आहे ना. देना मला रोडगा. त्यावर भरीत पण घाल."

"थांब रे कृष्णा. तुला नेहमीच कशी भूक लागते रे? जरा नाही धीर धरवत? अजून देवाला नैवेद्य दाखवायचा आहे. वाघ्यामुरळी आली नाहीत अजून. ती आली की आधी त्यांना बसवायचे जेवायला. मग आपण प्रसाद घ्यायचा.''

पण कृष्ण कुठला थांबायला? आई कुठे गेली वाटतं? वा:! खंडोबासमोर आहेतच की रोडगे. घेतला एक म्हणून काय झालं?

म्हणून हळूच एक घेतला. बरा लागतो आहे की! पण एकानं काय होणार? उगीच भूक मात्र चाळवली गेली. दुसरा... तिसरा... छे! मोजीत कशाला बसायचं? अरे बापरे! हे काय? सगळं ताटच रिकामं झालं की!

असू दे.

आपण त्या गावचेच नाही असे दाखवीत कृष्ण आपला निमूट बसून राहिला.

इतक्यात यशोदाबाईंचे लक्ष गेलेच.

अगंबाई! हे काय? रोडगे कुठे गेले?

कृष्णा, सगळा नैवेद्य खाऊन टाकलास की काय? आता काय म्हणावं तुला? तुला जरा नाही भूक धरवतं म्हणजे काय?

कृष्ण आपला गप्पच.

पण यशोदाबाईंना काळजी वाटू लागली. वाघ्यामुरळीला जेवू घालण्यापूर्वीच आपण नैवेद्य खायचा म्हणजे काय? आता खंडोबा रागावणार नाही का?

त्यांना काही सुचेचना. मटकन् खाली बसल्या. कृष्णाला जवळ घेऊन म्हणाल्या, ‘‘अरे बाळा, हा खंडोबा मोठे कडक दैवत आहे. त्याच्या भगतांचे जेवण होण्यापूर्वीच तू त्याचा नैवेद्य खाऊन टाकलास. आता हा खंडोबा रागावणार. तुला चांगली शिक्षा करणार.’’

कृष्ण हळूच हसला. पण आईच्या खंडोबावरील श्रद्धेला धक्का कशाला लावायचा? म्हणून मग मुद्दामच लागला वेडेवाकडे चाळे करायला.

डोळे काय फिरवलेन्! तोंड काय वाकडे केलेन्! हातपाय आखडून घेतलेन्. आणि एकदम थंडी भरली की त्याला.

यशोदाबाई घाबरल्या. त्यांना वाटलं, खरंच याला झपाटलं खंडोबानं.

मग झाली धावाधाव सुरू. मांत्रिकाला बोलावले. त्याने येताच छा: छू: करून भंडारा उधळलान. कृष्णाच्या कपाळीही लावला. सुपांनी वारा घातला. मंतरलेले पाणी शिंपडले. काय काय उपाय केले! पण कश्शाचा म्हणून उपयोग होईना. यशोदाबाईंनी तेवढ्यात गोकुळीच्या अवघ्या देवांना नवस सुद्धा केले. पण कृष्णाचा थयथयाट काही थांबेना.

शेवटी यशोदाबाई दमल्या. सुन्न झाल्या, कृष्णाच्या काळजीने भोवळच आली त्यांना.

पण त्याच नादात तोंडी शब्द आले. 'जाऊ दे श्रीकृष्णार्पणमस्तु' - आणि काय आश्चर्य! कृष्णाचे वारे गेले की! लागला पुन्हा हसायला. ''आई, आई. अगं जागी हो की. काही नाही झालं मला.'' यशोदाबाई सावरल्या. कृष्णाकडे पाहिलं. खरंच बरा झाला की! पण जाणवले त्यांना मनोमनी, कृष्ण हाच खरा एकमेव देव. त्याला सोडून हवा कशाला तो खंडोबा नि बंडोबा?

टिपा :

(१) संदर्भ - नामदेव (८२)

- भगवद्गीता (१७.४) मध्ये राजसतामस श्रद्धेचे वर्णन करताना म्हटले आहे, ''राजस लोक यक्ष व राक्षस यांचे पूजन करतात; तर तामस लोक प्रेतभूत समूहांचे पूजन करतात.''
- ज्ञानदेवांनी यालाच अनुसरून स्वकालीन खेचरादी देवपूजांचा निषेध केला आहे. (ज्ञान १७.७८ ते ८०) पुढे (१७.९७) मध्ये ते यांचा 'क्षुद्र देवता' असा स्पष्ट निर्देशही करतात.
- अशा या क्षुद्र देवतांची भक्ती सकाम असते. विशिष्ट कामनापूर्तीसाठी त्यांना नवससायास केले जातात. पुन्हा नवस करून मागितले जातात ते केवळ प्रपंच भोग. त्यामुळे बहुतेक संत या भक्तिमार्गाचा निषेध करतात.

  उदा.

- *नामदेव* - नानापरिचीं दैवतें। बहुत असती असंख्यातें।
  सेंदुर शेरणी जें इच्छितें। तें काये आर्त पुरवितें।। (१८३७)
- *सोयराबाई* - आणिक देवाचें न करा साधन। वायां होय शीण आदिअंती।।
  रोटीसुटीलागीं पीडिताती जगा। हेंचि त्यांचे अंगा देवपण।।
  म्हणोनी तयांचे नका पडूं भरी। म्हणतसे महारी चोखयाची।।
  (सकल १. सोयराबाई ३९)
  (रोटीसुटी/ठी = रोडगा व भरीत.)
- *एकनाथ* - आलों ऐकोनी खंडोबाची थोरी।
  बाधा होउनि मज मागवावी वारी।।
  ठकलों ठकलों वाउगासीण।
  वारी मागतां पोट न भरे जाण।।
  (सकल २ एकनाथ २५८९)

(२) *खंडोबा* – (पर्यायनामे – मल्हारी मार्तंड, मल्लारी, मैलार, मैराल, भैरव) श्रीविद्यारण्यस्वामींच्या पंचदशी मध्ये क्षुद्र देवतांच्या श्रेणीचा उल्लेख पुढीलप्रमाणे येतो. 'विघ्न भैरव मैराल मारिका यक्षराक्षसा:।'
(पंचदशी – ६.२०६ उद्धृत – ढेरे – खंडोबा – २५)

कालौघात शिवस्वरूप पावलेला असा हा एक लोकदेव आहे. याच्या उपासनेत जे अनेक अघोरी व आत्मक्लेशात्मक प्रकार रूढ आहेत, त्यांचा संतांनी तामसभक्ती म्हणून निषेध केला आहे. (तपशील – ढेरे उक्त ११५)

खंडोबा हे अनेकांचे कुलदैवत आहे. मार्गशीर्ष शु. १ ते ६ या काळात त्याचे षड्रात्र पाळले जाते. त्यालाच खंडोबाचे नवरात्र म्हणतात. मार्गशीर्ष शु. ६ ही चंपाषष्ठी म्हणून प्रसिद्ध आहे.

खंडोबाच्या कुळधर्मासाठी जो नैवेद्य दाखविला जातो त्यामध्ये ठोंबरा (= जोंधळे शिजवून त्यात दहीमीठ घालून केलेला पदार्थ), कणकेचा रोडगा, वांग्याचे भरीत, पातीचा कांदा व लसूण यांचा समावेश असतो. हे पदार्थ समर्पण करण्यापूर्वी 'तळी भरण्याचा' विधी असतो. 'तळी भरणे' म्हणजे एका ताम्हणात पाने – पैसासुपारी – भंडारा – खोबरे हे पदार्थ ठेवून ते ताम्हण 'एळकोट' अशी गर्जना करून तीन वेळा उचलावयाचे. (ढेरे उक्त – ८८-८९)
वाघ्या – मुरळी हे खंडोबाचे भक्त. त्यांना या दिवशी मुद्दाम जेवावयास बोलावले जाते.

(३) नामदेवाने येथे जी कथा गुंफिली आहे, तीच श्रीधराने पुढे सविस्तर रंगविली आहे. (श्रीधर – हरिविजय – अ.९)

- रा.चिं.ढेरे यांनी पूर्वोक्त ग्रंथात 'नामा पाठक' कृत 'कृष्णाची आळ' या लहानश्या काव्याचा मूळ संहितेसह परिचय करून दिला आहे. ही कथाही कविकल्पितच आहे.

या दोन कथांच्या समान रचना हेतूंविषयी ढेरे लिहितात, 'तामसभक्तीचे स्वरूप दर्शविणे, त्या भक्तीचा विषय बनलेल्या देवतांची सामर्थ्यहीनता सिद्ध करणे आणि त्या पार्श्वभूमीवर विश्वव्यापक परमात्म्याविषयीच्या सात्त्विक भक्तीचे मंडन करणे, हा या दोन्ही कविकल्पित कृष्णलीलांच्या रचनेचा हेतू आहे.'
(ढेरे – उक्त – १६६)

११. मज न ओळखती कर्मठ अभिमानी

ज्ञानदेवासह तीर्थयात्रा करून नामदेव पंढरपुरी परतले. त्यांना लागली होती ओढ विठ्ठलाची. विठ्ठलालाही कुठे करमत होते नामदेवाशिवाय?

भेटले एकदाचे दोघे. देवाने आपल्या गळ्यातील तुळशीची माळ नामदेवाच्या गळ्यात घातली. नामदेव धन्य झाले.

विठ्ठल म्हणाला, ''नाम्या अरे एवढी तीर्थयात्रा करून आलास. आता मावंदे नको का घालायला? अरे हेही तीर्थक्षेत्रच. येथील ब्राह्मणांना बोलाव. विधिपूर्वक उद्यापन कर. सर्वांना भोजन घाल.''

आता नामदेव कुठून करणार सगळी तयारी, धावपळ? पण विठ्ठलाला काळजी होतीच. त्याने रखुमाईस तयारी करण्यास सांगितले. स्वत: नामदेवासह ब्राह्मणांना आवतणे देण्यास गेला.

आता हा कोण आला आहे, नामदेवासोबत? कुणी कुणी विचारले, ''पाहुणे तुम्ही कुठले? काय तुमचे नाव? कशावर चालते तुमची वृत्ती?''

विठ्ठल काय सरळ उत्तर देणार? म्हणाला, ''मी आपला या नामदेवाचा मित्र आहे हो. माझे गाव, कुल, वृत्ती हरिदासांना विचारा. सध्या येथे राउळीच बिऱ्हाड केले आहे. माझे नाव 'अनंत'. अगदी संकोच न बाळगता भोजनाला या.'' ब्राह्मण म्हणाले, 'ठीक' ते जणू क्षणाची वाटच पाहत होते.

विठ्ठलाने रखुमाईला सर्व सांगितले. ती हसून म्हणाली, ''देवा, त्यांना कुठून कळणार तुमचे बोलणे? ते सदैव भेदांमध्ये अडकलेले, अभिमानाने पछाडलेले.''

मग तयारी केली. देवाकडे काय कमी? अवघ्या ऋद्धिसिद्धी कामाला लागल्या.

सडासंमार्जन, रांगोळ्या, तोरणे, धूपदिवे, मंगल वाद्ये... आणि भोजनाची साग्रसंगीत तयारी.

नामदेवांनी स्नान केले. ब्राह्मणांनी पुण्याहवाचन केले. प्रत्यक्ष देवाने नामदेवाच्या अंगावर उपरणे पांघरले. राही रखुमाईंनी ओवाळले. औक्षण केले.

मग सगळी गडबड उडाली. ब्राह्मणांचे आगत स्वागत झाले. रत्नजडित पाटांवर द्विज विसावले. पादप्रक्षालन झाले.

चरणतीर्थ मस्तकी धरिले. द्विजांच्या भाळी कस्तुरी-चंदनाचे टिळे लावले.

मग लांबच लांब पंगती बसल्या. परवडी भोजन. द्विजांनी नामदेवाहाती संकल्प सोडला आणि मग झाले आग्रहाचे यथासांग भोजन.

कापूरविडे दिले. आशीर्वादाच्या अक्षता नामदेवाने उपरण्यात बांधून घेतल्या.

जाता जाता ब्राह्मण म्हणाले, ''अहो यजमान, नामदेवा, आता बसा तुम्हीही. सकाळपासूनच्या धावपळीने दमला असाल ना? होऊ द्या आता सावकाश भोजन.''

मग बसले नामदेव. बाजूला देवही होताच. त्यालाही आनंद झाला होता. ''हा माझा परमभक्त. बहुत दिवस दूर होता. आता भेटला. उद्यापनही साग्रसंगीत झाले. द्विजांनी आशीर्वाद दिले.''

देवाला आले भक्तप्रेमाचे भरते. त्या नादात देवाने आपल्या हाती नामदेवाला घास दिला. त्याने दिला घासही प्रेमाने स्वीकारला. अवघा भक्तिप्रेमाचाच आनंद सोहळा.

पण इथेच थोडी गडबड झाली. कुणी ब्राह्मणांनी हे पाहिले. त्यांच्या मनी शंका चुकचुकली.''काय हे? हा नामदेवाचा मित्र म्हणविणारा आहे तरी कोण? त्याच्या हातचा घास हा घेतो आहे...म्हणजे ज्याला आपण ब्राह्मण समजलो, तो याचा नातेवाईक आहे की काय? म्हणजे शिंपी? छे:! छे:! भ्रष्टाचारच झाला सगळा... अधर्म घडला. काय करावे आता?''

मग झाले सगळे धर्ममार्तंड एकत्र. आले देवाला जाब विचारायला.

देव पण काय कमी लबाड होता? द्विजांपुढे हात जोडून नतमस्तक झाला. म्हणाला, ''चुकलेच हो माझे. पण दोष माझ्या माथी टाका. सांगा काय प्रायश्चित्त घेऊ?''

धर्ममार्तंडांनी आधी स्वत:चे पाप चंद्रभागेत धुतले. मग देवाला प्रायश्चित्तविधी सांगितला.

सगळे कसे धर्मविधिनुसार झाले.

आता पुन्हा सांगतेचे भोजन हवेच. मग झाले तेही. ब्राह्मणांना काय? आले पुन्हा 'घृतकुल्या मधुकुल्या' करायला.

पुन्हा भोजनाचा सगळा थाट साग्रसंगीत पार पडला. मग देव त्या ब्राह्मणांसमोर

हात जोडून उभा राहिला. त्यांना म्हणाला, ''आता मी संतमंडळीच्या पंक्तीला बसतो. चालेल ना? द्विजहो, खरे सांगू का? मला कुणाचाही आधार नाही. पण तुम्ही तो दिलात. माझा स्वीकार केलात. ऋणी आहे मी तुमचा.

''पण माझ्या मनीचे एक गुज सांगू का? मला आपले एवढेच वाटते, जेथे भूतदया तेथेच सर्वच धर्मक्रिया वास करतात. ही संतमंडळी आहेत ना, ती हे माणसांमाणसांमधील प्रेम फक्त सत्य मानतात. यांनी अवघे अहंकार टाकले आहेत. कामक्रोध यांच्या बाजूला फिरकतही नाहीत. अशा या मंडळींच्या पंक्तीचा लाभ मी घेऊ ना?''

द्विज म्हणाले, ''ठीक.''

मग आले अवघे संत- निवृत्तिनाथ, ज्ञानदेव, नामदेव हे होतेच. सावतामाळी, नरहरी सोनार हेही आले. इतकेच काय, पण चोखामेळा व बंका महारही आले. देव त्यांच्यामध्ये बसला.

द्विज पाहतच राहिले. अहो आश्चर्यम्! एवढा वेळ ज्याला आपण एक केवळ नामदेवाचा मित्र समजत होतो, ज्याला आपण प्रायश्चित्त दिले, तो प्रत्यक्ष भगवंतच आहे. तो विष्णू - तो श्रीकृष्ण - तोच विठ्ठल असे दर्शन घडले.

द्विज गडबडले. मग देवाच्या पायी लागले. म्हणाले, ''भगवंता, विठ्ठला, क्षमा करावी आम्हासी. केवढे आमचे हे भाग्य, प्रत्यक्ष आपण आम्हा दर्शन दिले.

''आम्ही आजवर वाट चुकलो होतो, शुष्क वेदपठणात अडकलो होतो. अहंकाराने पछाडलो होतो. वर्णाभिमानामुळे तुला अंतरलो होतो. त्यामुळे तुझी प्रेमखूण आम्हाला कळलीच नाही. केवढे आम्ही अपराधी! मायबापा, आम्ही तुझा निषेध केला. अरे तू पावनाचा पावन. आम्ही तुला 'भ्रष्टला' म्हटले. केवढे आमचे साहस! तुला प्रायश्चित्त दिले.

''पण देवा. आमचे अपराध पोटी घाला. आमचे त्रिताप दूर करा. सांगा, आता आम्ही काय करू ते.''

देव म्हणाला, ''अन्य काही करणे नको. केवळ या संतांच्या मार्गे जा. त्यांच्या हृदयी आत्मज्योती प्रकाशली आहे. त्या प्रकाशाचा अनुभव घ्या. विश्वामध्येच मला विठ्ठलाला पहा. त्या विश्वावर प्रेम करा. अभिमान सांडू दे. अवघा रंग होऊ दे एकच.''

टिपा :

(१) प्रस्तुत कथा नामदेवकृत ज्ञानेश्वरचरित्रातील 'तीर्थावळी' या प्रकरणातील उत्तरार्धावर - (अभंग क्र. ९२५ ते ९६१) आधारित आहे.

आदि, तीर्थावळी व समाधी हे त्रिप्रकरणात्मक ज्ञानेश्वरचरित्र प्रसिद्ध आहे. अनेक पूर्वाभ्यासकांनी या प्रकरणांच्या आधारेच आपापल्या ग्रंथातील ज्ञानेश्वरचरित्र लिहिले आहे. (उदा. ल. रा. पांगारकर, ज. र. आजगावकर, शं. वा. दांडेकर) त्याचबरोबर काही अभ्यासकांनी ह्या प्रकरणांचे नामदेवकर्तृत्व संशयास्पद मानले आहे. डॉ. शं. दा. पेंडसे यांनी 'तीर्थावळी'ला 'कादंबरी' म्हणून तिची सविस्तर चिकित्सा केली आहे. (पेंडसे - ३३२ ते ३५५) संत नामदेवांचा सार्थ चिकित्सक गाथा (२००५) संपादित करणारे डॉ. मु. श्री. कानडे व रा. शं. नगरकर यांनी हे संपूर्ण ज्ञानेश्वरचरित्र प्रक्षिप्त मानले आहे. (प्रस्तावना - पृ. ६७ ते ८३)

- या उलट नामदेवगाथ्याची संहितानिश्चिती करताना डॉ. श्री. रं. कुलकर्णी हे चरित्र नामदेवांचेच मानतात. (नामदेव दर्शन (१९७०) पृ. २०७-०८) डॉ. हे. वि. इनामदार यांनीही हे ज्ञानेश्वरचरित्र नामदेवांचेच मानले आहे. (संत नामदेव - (१९७०) पृ. १६७)

(२) या ज्ञानेश्वर चरित्रामध्ये, विशेषत: 'तीर्थावळी' या प्रकरणातील कथात्मक भाग आक्षेपकांना काल्पनिक व दंतकथात्मक वाटतो. कारण त्यामध्ये चरित्राकडून अपेक्षित असलेला वास्तवाधारित घटनांचा भाग अत्यल्प आहे. येथे विठ्ठल, रखुमाई अशी दैवतपात्रे येतात. सारे संत एकत्र बसून विठ्ठलासवे भोजन करतात. अशा या घटना केवळ भक्तिसंमित आहेत, हे खरे.

परंतु या घटनांकडे वास्तव-चरित्र म्हणून न पाहता भक्तांच्या मानस पातळीवरील भक्तिचित्रण म्हणून पाहिले पाहिजे. पुन्हा आणखी एक गोष्ट अशी की, या कथेतून जो बोध सूचित होतो तो नामदेवांच्या एकूण अध्यात्मनिष्ठ समाजजागृतीच्या विचारांशी विसंगत नाही.

डॉ. सुहासिनी इर्लेकर यांनीही आपल्या ग्रंथात याच भूमिकेतून हा भाग स्वीकारला आहे. (इर्लेकर ९२) शिवाय त्या नोंदतात त्याप्रमाणे शासकीय गाथ्यासह नामदेवांच्या सर्व गाथ्यांमध्ये हा भाग स्वीकारलेला आहे. हे सर्व लक्षात घेऊनच येथे तीर्थावळीचा हा तपशील कथेसाठी स्वीकारला आहे.

१२. जनाबाई झाल्या विठाबाई

ह्या जनाबाई.

होय. ज्या स्वत:ला 'नामयाची दासी' म्हणतात, त्याच त्या म्हणतात, ''मला ना बाप, ना आई. नामदेवांचा जन्म झाला, तेव्हा मीच होत्ये हो ओवाळायला.''

त्या नामदेवांकडेच आहेत. त्यांच्या घरी चवदा माणसे. जनाबाई म्हणतात, ''त्यातच मी वेडीपिशी दासी पंधरावी.'' किती काम करतात त्या! झाडलोट, सडा घालणे, पाणी आणणे, शेणी थापणे - सतत दिवसभर चालूच.

काय म्हणता? देवळात कधी जातात? छे: छे:! भलतंच काय विचारता? त्या शूद्र दासी. त्यांना कोण जाऊ देणार देवळात?

आता या गोष्टीचे वाईट वाटते हो त्यांना. म्हणतात त्या कधीकधी त्या विठ्ठलाला, ''देवा मी हलक्या जातीची; म्हणून का झिडकारतोस मला? अरे नामदेवाची आई, बाईल, मुले यांना मात्र समोर ठेवतोस मग मला कधी भेटशील? अरे विठ्ठला, तुला ठाऊकच आहे मी पोरकी, मग तुझ्यावाचून कोण आहे रे मला?''

जनाबाई अशी खंती करीत. पण कामात कधी कुचराई नव्हती हो.

नामदेवांना त्या गुरू मानीत. ते तर विठ्ठलवेडे.

त्यांचे ऐकून जनाबाई पण झाल्या विठ्ठलवेड्या.

मग दळताकांडताना गाऊ लागल्या विठ्ठलालाच. मग तोच छंद लागला. ''राम कृष्ण हरी गोविंद.'' हेच मुखी, हेच मनी. भूक लागली तर खा देवाला. तहान लागली पी देव. झोप येते? मग देवालाच अंथर व तोच घे पांघरून आणि त्यातच आली एक दिवस ती आळंदीची भावंडे. त्यांच्या भोवती सारेच जमले. गोरोबा, चोखोबा, सावताबुवा, सेना न्हावी - अगदी सगळेच की लागले भजनाला. मग जनाबाईही रंगल्या त्यातच. आता त्यांची शूद्र म्हणून वाटणारी खंतही कमी झाली. स्त्री म्हणूनही

वाटणारी उदासी मावळली. ''काय म्हणून मी दु:खी व्हावे? मी तर या संतांच्या घरची. म्हणून तर विठ्ठलाने प्रेम दिले आहे ना मला?'' आणि त्या चार भावंडांतला तो ज्ञानेश्वर? तो तर ज्ञानाचा समुद्रच. तो झाला जनाबाईंचा सखा. मग आता आणखी काय हवे? ''बाबा रे, आता एकच सांगते तुला, पुढच्या जन्मी माझ्या पोटी जन्म घे.''

जनाबाईंना तो विठोबाही आता लेकुरवाळा दिसू लागला. ती सावळी मूर्ती मनी बिंबलीच होती. मग सारेच पालटले. तो ज्ञानोबा म्हणाला, 'काम करणे हीच विठ्ठलाची पूजा.' खरेच हो खरे.

जनाबाईंनाही आला त्याचा प्रत्यय.

कसा? अहो त्या काही काम करू लागल्या की स्वत: विठ्ठलच येई मदतीला. त्या केर काढीत. विठ्ठल मागे मागे येऊन तो केर भरून टाकी. त्या शेण गोळा करायला गेल्या की विठ्ठल आलाच मागे पाटी घेऊन. अगदी पितांबर खोचून कामाला लागे. ती पाण्याला गेली की तोही जाई मागे मदतीला. अहो मदत म्हणजे नुस्तीच नावादेखली नाही. अगदी डोक्यावर हंडे घेऊन येई व रांजणात ओती. सडासंमार्जन, धुणी धुणे सगळीकडे हा असेच.

अहो एकदा तर त्याने जनाबाईंना न्हाऊमाखूही घातले. हो, आता त्यांची आई नाही. मग कोण लावणार डोईला तेल? कोण तापवणार पाणी? चिंता नको. विठ्ठलाने केली सारी उस्तवार.

तोच प्रकार कांडताना, दळताना. जनाबाई कांडू लागल्या की हा येई. उखळ झाडून देई. मुसळ हाती घेई. हां आता तोही दमे हो काही वेळा. अगदी घामेजून जाई. मुसळ धरून धरून हाताला फोड आले होते. पण तरीही याची स्वारी सगळ्या कामांना पुढेच.

एकदा मात्र गंमतच झाली. पहाटेची वेळ. जनाबाई दळीत बसल्या होत्या. विठ्ठल आला नेहमीसारखा. लागला दळायला. आणि इकडे देवळात संतमंडळी आली काकडारतीला. बघतात तो काय? विठ्ठल जाग्यावर नाही. म्हणजे गेला कुठे हा? मग गेले सारे नामदेवाकडे. जनाबाई दळीत होत्या. विठ्ठल वैरण वैरीत होता. आले सारे संत तेथे. सगळ्यांच्या पुढे ज्ञानेश्वर. त्याला पाहून विठ्ठल घाबरला. जनाबाईंना गंमतच वाटली. म्हणाल्या ''जा आता देवळात.'' मग आला. निवृत्तिनाथांनी विचारले, ''का रे ज्ञाना, कुठे होता हा?''

'कुठे असणार? जनीसवे दळी देव, तिचा देखोनिया भाव.' काय विचारता? हे

कुणी सांगितले? अहो, स्वत: जनाबाईंनीच ठेवले आहे अभंगात बांधून. त्या म्हणतात, ''माझे अभंग सुद्धा विठ्ठलानेच लिहून घेतले आहेत हो.''

अशा या जनाबाई! चला; आता निरोप घेऊया त्यांचा. पण हे काय? आहेत कुठे त्या?

कुठे शोधावे त्यांना?... त्या तर केव्हाच विठाबाई झाल्या आहेत!

टिपा :

(१) प्रमुख आधार - जनाबाईचे अभंग
(नामदेव गाथा - जनाबाई - अभंग क्र. १६८ ते ४१८ मधील निवडक. सहज अनुमेय.)

(२) कर्म नित्य असो वा नैमित्तिक, ते करताना त्यातून 'मी' पणा काढून टाकला व 'देवच हे करतो' अशी भावना ठेवली की ते आनंददायी होते. हीच येथे जनाबाईची अनुभवसिद्ध भूमिका आहे.

या संदर्भात ज्ञानदेवांची पुढील ओवी उल्लेखनीय.
तैसा कर्तृत्वाचा मदु। आणि कर्मफलिचा आस्वादु।
यया दोहिं चि नाव बंधु। कर्माचा किं।। (ज्ञान १८.२०३)

''मी कर्ता, मी भोक्ता'' हे कर्मबंधन.

'मी' काढून टाकला की कर्माचे कर्तृत्व व भोक्तृत्व देवाकडे जाते. मग कर्म सुभगसुंदर होतेच व त्याचे फल काहीही मिळो, न मिळो, कर्त्याच्या मनाचे समत्व ढळत नाही.

(समत्वं योग उच्यते - गीता २.४८) या भूमिकेतून सर्व संतांनी रोजच्या स्वधर्मामध्ये देव पाहिला व ते समाधानी झाले.

चोखामेळा, गोराकुंभार, सेनान्हावी, सावतामाळी इत्यादींच्या चरित्रकथांमध्ये, विठ्ठलच त्यांची कामे करतो, अशा चमत्कारसदृश घटना येतात त्यामागे हीच निर्ममत्वाची भूमिका आहे.

(भगवंत कुणा संतासाठी कोणते काम करतो. याच्या तपशीलासाठी पहा - तुकाराम २८२०)

(३) भारतीय युद्धारंभी भगवद्गीता येते, ती अर्जुनाचा मोह नष्ट करण्यासाठी. युद्धानंतर त्यामधील प्रचंड हानी पाहून युधिष्ठिर अत्यंत दु:खी झाला. राज्य करण्याची जबाबदारी न स्वीकारता, वनात जाऊन संन्यस्तवृत्तीने राहण्याच्या गोष्टी करू लागला. (महाभारत शांति. अ. ७ भांडारकर प्रत)

सर्वांनी त्याची समजूत घालण्याचा प्रयत्न केला.

त्याच्या शोकाच्या बुडाशी 'मी भोक्ता' हा मोह होता, हे लक्षात घेऊन सहदेव म्हणतो,

> द्व्यक्षरस्तु भवेत् मृत्युः त्र्यक्षरं ब्रह्म शाश्वतम्।
> ममेति च भवेत् मृत्युर्न ममेति च शाश्वतम्।। (उक्त १३.४)

अशीच समजूत नंतर श्रीकृष्णानेही घातली आहे.

तेथेही हाच श्लोक थोड्या फरकांनी येतो.

(महा. आश्वमेधिक १३.३ भांडारकर प्रत)

१३. परिसां झाला परीसस्पर्श

परिसा भागवत हे विद्वान पुराणिक विप्र पंढरपुरीचे. पंढरपूर हे तर भूवैकुंठ. तेथे द्वारकाधीश राहतो. आदिमाया रुक्मिणीही राहते. परिसा भागवत या आदिमायेचे एकनिष्ठ भक्त होते. तीही त्यांच्यावर प्रसन्न होती. तिने त्यांना एक परीस दिला होता. तो लोखंडाला लावला की त्याचे सोने होई. त्यावर त्यांचा संसार सुखाने चाले.

रुक्मिणी मंदिरात ते रोज पुराण सांगत. ते ऐकण्यास अवघे पंढरपूर येई.

आता नामदेवही तेथेच होते. ते मंदिरातच भजन करीत असायचे. पण परिसा भागवतांना हे काही खपत नसे. कसे खपणार? नामदेव बोलून चालून शिंपी. जातीचा क्षुद्र. परिसा भागवत तर श्रेष्ठ ब्राह्मण वर्णाचे. त्यांना वाटे, हा टाळकुट्या कशाला येतो इथे?

एक दिवस असं झालं, परिसा भागवत नेहमीप्रमाणे देवळात आले. नामदेवाचे भजन चालूच होते. भागवतांना आला राग. 'काय रे नाम्या, किती वेळा तुला सांगितलं, देवळात भजन करू नकोस म्हणून? लाज कशी नाही वाटत रे तुला? अरे तू स्वत:ला हरिदास म्हणविलेस, तरी तू हीन जातीचा. काय पढला आहेस रे तू? वेद म्हटले आहेस. शास्त्रे जाणतोस? अरे तुझे पूर्वज माझ्या चरणीचे तीर्थ घेत. तू मात्र उगीच 'विठ्ठल विठ्ठल' म्हणत भोळ्याभाबड्यांना नादी लावतोस. अजून तरी ऐक माझे. शेवटी तू आमच्या चरणीचा सेवकच.'

आता यावर नामदेव काय बोलणार? ते बापडे शांतिब्रह्म विष्णुभक्त. इतकेच म्हणाले, 'वा: वा:! तुमचे बोलणे ऐकून उमगले हो मला. खरेच हो, आम्ही हीन. आमचे पूर्वज तुमच्या चरणीचे तीर्थ घेत. बरी आठवण करून दिलीत हो. मी मात्र इतके दिवस त्या तीर्थाला अंतरलो. मला काय दुर्बुद्धी झाली होती न कळे. खरे आहे हो तुमचे म्हणणे. ब्राह्मण, क्षत्रिय, वैश्य सारे तुमच्याच पायी लागतात. त्यामुळेच त्यांची पापे नष्ट होतात.

खरे म्हणजे हे मला पूर्वीच कळायला हवे होते. असूदे. आता उशीरा का होईना हे कळले, हे बरे झाले. आता यापुढे तुमचे चरण हाच माझा आसरा.' नामदेवाचे हे स्वीकृतिवचन ऐकून परिसा भागवतही संतोषले. मनी म्हणाले, 'जितं मया.'

आपला हा पराक्रम भागवतांनी बायकोला सांगितला. म्हणाले, ''अगं आज त्या नामदेवाची चांगलीच फजिती केली मी. उगीच स्वत:ला विष्णुदास म्हणवितो! चाांगले गप्प केले त्याला. मग आला शरण. पडला माझ्या पाया. अगं, शेवटी आम्हीच खरे विष्णूदास. तो शिंपी केवळ विप्रदास.''

परिसा भागवतांचे हे फुशारकीचे बोलणे त्यांच्या बायकोने शांतपणे ऐकून घेतले. मग म्हणाली, 'हे पहा माझे बोलणे जरा नीट ऐका. तुम्हाला हा गर्व झाला आहे ना, तो जरा दूर करा. तुम्ही ब्राह्मण, स्वत:ला पवित्र समजता. धन्य समजता. पण तुम्हाला ठाऊक आहे का नामदेवाची भक्ती? विठ्ठल सदैव त्याच्यासोबत असतो. अहो, एकदा हरी राउळी आले. सोबत नामा होताच. त्याला पाहून रखुमाईने पदर सावरला. त्या नामदेवाची करणी माहीत आहे ना तुम्हाला? अहो, त्याने आवंढ्या नागनाथाचे देऊळ फिरविले होते. असा त्याचा महिमा. मी आपली हे सहज सांगते हो. शेवटी तुम्ही माझे स्वामी. मी तुमच्या पायांची दासी. पण ऐका माझं. हा वर्णजातीचा अभिमान सोडा. त्या नामदेवालाच भेटा. तोच तुम्हाला परमात्मा भेटवील.'

परिसा भागवतांनी बायकोचे बोल ऐकून घेतले. तसं हे विशेषच. पण ऐकले खरे. आता त्यांची भक्ती रखुमाईवर. म्हणून तिलाच भेटले. म्हणाले, ''आई, माझी बायको सांगते, की प्रत्यक्ष देव नाम्याच्या खांद्यावर हात ठेवून येताना, पाहिलेत तुम्ही. खरं का हे?''

रखुमाई म्हणाली, 'खरंच आहे ते. अहो, तसं पाहिलं आणि मलाही पडली भ्रांती. मग देवांनाच विचारले मी एकांतात. तेव्हा त्यांनी मला एक गुह्य सांगितले. म्हणाले, अगं मी सदैव येथे राउळीच असतो. पण नामदेवाच्या भावभक्तीसाठी मी दुसरे रूप धारण करतो. तेव्हापासून मी बाई त्या नामदेवाला घाबरूनच असते. कारण परमात्म्याचे रूप सदैव त्याच्यापाशी असते. अरे भागवता, तुला देवांना भेटावयाचे आहे ना? मग मी सांगते ते ऐक. तू सरळ नामदेवालाच शरण जा. उगीच दुसरे तिसरे काही मनी ठेवू नको.'

आता प्रत्यक्ष रखुमाईनेच एवढे सांगितल्यावर भागवत कसे न ऐकतील?

आले नामदेवाकडे. म्हणाले, 'नामदेवा, तुझ्या कीर्तनाचे वेळी म्हणे प्रत्यक्ष विठ्ठल टाळ वाजवतो. धन्य आहेस तू. मला कळले आहे सारे. प्रत्यक्ष रखुमाईनेच सांगितले आहे मला.'

नामदेव म्हणाले, "अहो भागवत तुम्ही ब्राह्मण. मी शिंपी. तुमच्या घरी शास्त्रेपुराणे वस्ती करतात. सतत अध्ययन चालते. मी कसला? साधासुधा अडाणी माणूस. मला कुठून भेटणार हो देव? मी तुमचा सेवक. तुमची कामे करावी हेच आमचे जीवन. आता तुम्हाला तर प्रत्यक्ष रखुमाईच प्रसन्न आहे म्हणता. मग तिलाच विचारा ना देवाचा ठावाठिकाणा."

पण परिसा भागवत काही ऐकेनात. नामदेवाच्या हातीपायी पडून म्हणाले, "नामदेवा, अहो स्वतः रखुमाईनेच तुम्हाला विचारण्यास सांगितले आहे. मी तुम्हाला उगीच लागट बोललो, त्याची क्षमा करा. भेटवा मला देव. आण आहे तुम्हाला विठ्ठलाची."

आता प्रत्यक्ष विठ्ठलाचीच आण घातल्यावर नामदेव तरी काय करणार?

तेवढ्यात तेथे एक सर्प सळसळत जाताना दिसला. एकदम हात पुढे करून नामदेव म्हणाले, "अहो भागवत तो पहा देव."

भागवत धावले त्याच्या मागे. पण तो कुठला सापडतो? देव भुजंगाच्या चालीने सळसळत निघून गेला.

पण आता भागवतांच्या मनी देवाची खूण पटली होती. देवाचे अस्तित्व सर्वत्र आहे, हे जाणवले होते. ज्ञानदेवांचे ज्ञान, नामदेवांची भक्ती हे सर्व एकच आहे असा प्रत्यय आला होता. नदी जशी शेवटी सागराला मिळते तसे जगत श्रीहरीमध्ये मिसळून गेलेले त्यांना दिसले.

परिसा भागवत आतून बाहेरून पालटले. नामदेवांना म्हणाले, "नामदेवा तूच विठ्ठल असे मला आताच दिसले आहे. जाणवले आहे. तू शिंपी, मी ब्राह्मण अशा वृथा अभिमानात मी गुंतलो होतो. पण सुटला आता गुंता. तुम्हा देवभक्तांची एकरूपता मी अनुभवली. मी धन्य झालो. आजवर रखुमाईमातेने दिलेल्या परिसाने लोखंडाचे सोने करून मी संसारात रमलो होतो. पण नामदेवा, तुमच्या परीसस्पर्शाने माझे लोहमय जीवन आता सोन्याचे झाले!"

टिपा :

(१) संदर्भ – नामदेव गाथा अंतर्गत परसा भागवतांचे अभंग क्र. ७ ते १५
परसा भागवत – नामदेव समकालीन एक ब्राह्मण पुराणिक. सर्वांना 'भागवत परिसा' असे म्हणणारा, म्हणून 'परिसा भागवत'
मूळ नाव 'परसो भाग्यवंत'
महीपतीच्या भक्तिविजयामध्ये (इ.स. १७६२) याच्या नावाचे आणखी एक स्पष्टीकरण मिळते ते असे – एका देवीने त्यांना एक परीस दिला होता. त्यावरून हे 'परिसा भागवत' झाले.

संदर्भासाठी घेतलेल्या उपरोक्त अभंगांमध्ये ही पुढील उल्लेख येतो, 'परसा भागवत हे रुक्मिणीचे भक्त होते. तिने त्यांना एक परीस दिला होता. त्याच्या स्पर्शाने ते लोखंडाचे सोने करीत. त्यावर त्यांचा संसार सुखाने चाले.' (उक्त क्र. ११)

एकनाथांनी लिहिलेल्या नामदेवचरित्रातही या संबंधातली एक घटना येते. ती संक्षेपाने अशी - ''नामदेवाची पत्नी राजाई एकदा धुणी धुण्यासाठी नदीवर गेली असताना तिथे तिला परिसा भागवतांची कन्या भेटली. तिच्याजवळ राजाईने आपल्या दारिद्र्य दुःखाचा उल्लेख केला. भागवतांच्या कन्येला दया आली. तिने आपल्या आईच्या परवानगीने आपल्याकडचा परीस एक दिवसापुरता राजाईस दिला. नामदेवाला हे कळले तेव्हा त्याने सरळ तो परीस नदीत फेकून दिला.''

इकडे परिसा भागवत नामदेवाकडे परीस मागण्यास आले. नामदेव म्हणाले, ''मी दिला तो नदीत फेकून. तुम्हाला हवा आहे का? थांबा देतो आणून.'' नामदेवांनी नदीत बुडी मारली. ओंजळभर परीस घेऊन ते बाहेर आले. भागवतांना म्हणाले, ''घ्या. यातला तुमचा कुठला आहे तो शोधा.'' या प्रसंगकथेचा शेवट करताना एकनाथ म्हणतात,

ऐसा आनंद सोहळा होतसे संपूर्ण। आनंद निमग्न सर्व झाले।।
एका जनार्दनीं आनंद पैं जाहला। आनंदाने गेला परिसा घरीं।।

(सकल. २ एकनाथ ३६१८ ते ३६२८)

(२) परसा भागवतांच्या पत्नीचे नाव 'कमळजा' (उक्त अभंग १०)
तिचे म्हणणे त्यांनी ऐकून घेतले हेच विशेष.
तुकोबांनी म्हटले आहे.
उपदेश भलत्या हाती। जाला चित्तीं धरावा।
नये जाऊं पात्रावरी। कवटी सारी नारळें।।
स्त्रीपुत्र वंदीजन। नारायण स्मरविती।।
तुका म्हणे रत्नसार। परि उपकार चिंधीचे।। (तुकाराम २४४)
कमळजा सांगते,
तुम्हांसी गर्व जरी नसता। तरी घरीं भेटता परमात्मा।। (उक्त १०)
तुलनार्थ - अहंकाराचा वारा न लगो राजसा।
माझ्या विष्णुदासा भाविकांसी।। (नामदेव - ८७१)
देव म्हणतो, ''नामदेवाच्या भावभक्तीसाठी मी दुजे रूप घेतले आहे.''

तुलनार्थ - किं भक्तिसुखा लागि। आपणचि जाला दों भागीं।
वांटूनियां आंगी। सैवकै बाणी।। (ज्ञान १२.१८६)

(३) नामदेवाने आवंढ्या नागनाथाचे देऊळ फिरविले, असा उल्लेख कथेत आला आहे. (उक्त अभंग)

या चमत्कार कथेचा उल्लेख अन्य संतांनीही केला आहे.

उदा. चोखामेळा म्हणतो,

करितां कीर्तन देऊळ फिरविले। प्रत्यक्ष दाविलें अवंढ्यासाठी।।

(सकल. १ पुरवणी अभंग ११३)

तुकाराम - ''फिरविलें देऊळ जगामाजीं ख्याती।'' (४३२१)

ही कथा महीपतीच्या भक्तिविजयात सविस्तर आली आहे. ती संक्षेपाने अशी - नामदेव तीर्थयात्रा करीत करीत आवंढ्या नागनाथी आले. तेथे त्यांनी भजन सुरू केले. परंतु एक शूद्र शिवमंदिरात हरिकीर्तन करीत आहे, हे पाहून तेथील ब्राह्मण पुजारी संतापले. त्यांनी नामदेवाला हाकलून दिले. तेव्हा नामदेव देवळामागे जाऊन कीर्तन करू लागले. तेव्हा त्यांना सन्मुख होण्यासाठी नागनाथाचे देऊळ फिरले. (भक्तिविजय अ. १२)

या मिथ्यामागील तथ्य असे - आवंढ्या नागनाथ हे शिवक्षेत्र नामदेवांच्या पूर्वीही जवळजवळ साडेचारशे वर्षे प्रसिद्ध होते. शैवपंथी पाशुपतांची मत्तमयूर नामक शाखा याच ठिकाणी उदय पावली होती. नामदेवांना याच देवळात विसोबा खेचरांकडून गुरूपदेश प्राप्त झाला होता. देऊळ प्राचीन. त्याला मागच्या बाजूनेही प्रवेशद्वार आहे. ही देऊळ फिरविल्याची खूण मानण्यात येते. वस्तुत: पाशुपतांची एक विचित्र प्रथा आहे. ते शंकराचे दर्शन समोरून न घेता मागील बाजूने घेतात. त्यासाठी हे मागच्या बाजूचे प्रवेशद्वार आहे. परंतु या प्रथेचा विसर पडल्यानंतर उपरोक्त मिथ्यकथा जन्माला आली असावी.

नामदेवांनी शैवसमाजालाही विठ्ठलमय केले, एवढाच या मिथ्यकथेचा रचनाहेतू असावा.

या विषयाची सविस्तर चर्चा पुढील ग्रंथात मिळेल.

'श्री नामदेव - एक विजययात्रा' - रा. चिं. ढेरे व अशोक प्रभाकर कामत. (१९७०) पृ. ५४ ते ६२

१४. अवघी विठाबाई माझी

असं कसं झालं, कुणास ठाऊक? खरं म्हणजे असं होऊ नये. पण झालं खरं. या नामदेवांना एकदा अहंकाराने पछाडले. त्यांना वाटू लागले. 'देवाच्या प्रेमातला खरा भक्त मीच. देव फक्त माझाच.'

देवाला पडली काळजी. म्हणाला, हे काही बरोबर नाही. याचा दूर दवडला गेलेला अहंकार पुन्हा कसा उफाळला?

देवाने ठरविले, याचा हा अहंकार दूर पळवलाच पाहिजे,

म्हणून मग देवाने केली गंमत. नामदेवाला म्हणाला, 'नाम्या, चल आपण लपंडाव खेळू. आधी मी लपतो, शोध मला.' आणि देवाने लगेच घातली पितांबराची कास आणि लागला पळायला. नामदेव लागला पाठी. पण देव मोठा मायावी. क्षणात दिसे, क्षणात नाहीसा होई.

आणि असा पळत पळत देव गेला सावत्याच्या मळ्यात. तेथे ते माळीबुवा आपलं नेहमीचं काम करीत होते. खुरपे घेऊन बेणीत होते. भाजीसाठी आळी करीत होते. असे आपले त्यांचे रोजचे काम चालू होते.

तसे ते पंढरपुरीच्या जवळच राहणारे. पण पंढरीस कधी जात की नाही, कुणास ठाऊक? ते म्हणत, 'मला कशाला हवे तिकडे जायला? हीच माझी पंढरी. कांदा, मुळा, भाजी - हीच माझी विठाबाई. मी कशाला जाऊ देवळात?'

असे हे सावतामाळी. देव आला पळत पळत त्यांच्याकडे. म्हणाला, 'सावत्या अरे मी आत्ता तुझ्याकडे येत होतो, तो चोर लागले माझ्या मागे. आधी लपव मला कुठेतरी.'

आता हा उघडा मळा. यात कुठे लपवणार देवाला? मग सावताबुवांनी सरळ हातीचे खुरपे पोटावर चालविले आणि त्यात लपविले देवाला.

इकडे नामदेव आलाच पळत पळत - धापा टाकीत. आता त्याला कसे

कळले, देव इकडे आला असेल ते? देव तसा वस्तादच. त्याने येता येता आपल्या गळ्यातल्या माळेची फुले अधून मधून वाटेवर टाकली होती. त्या खुणांमागून नामदेव आला येथवर. पण होता कुठे देव? त्याचा येथवर माग तर लागला. पण पुढे काय?

नामदेवाला एकदम रडूच फुटले. आधीच दमला होता. आणि देव नाहीच दिसला. बसला मटकन् खाली.

माळीबुवांना दया आली. ते पुढे झाले. नामदेवाला जवळ घेतले. पाठीवरून हात फिरवला. त्याला जरा थोपटून म्हणाले, 'नामदेवा, अहो काय झालं? असे रडता कशापायी?' नामदेवाने स्फुंदत स्फुंदत सगळी हकीगत सांगितली. शेवटी म्हणाला, "आता जर भेटला नाही ना देव, तर मी प्राणत्याग करीन."

त्याचे हे निर्वाणीचे बोल ऐकून सावताबुवांना दया आली. म्हणाले, 'अहो नामदेवा, हृदयनिवासी आत्माराम!'

नामदेवांना उमगले. ते सावताबुवांच्या चरणी लागले. म्हणाले, "काहीही करा पण माझी देवाशी गाठ घालून द्या."

नामदेवाचा अहंकार आता पळाला होता. निर्मळ प्रेमभाव मनी दाटला होता. आणि त्याच क्षणी त्याला सावता माळ्याच्या हृदयी देव झळकताना दिसला. त्याच्या पितांबराची एक दशा पकडून नामदेवाने देवाला बाहेर काढले. त्याच्या चरणी मिठी घातली. 'देवा, का बरे केली अशी माया?'

देवाने नामदेवाला हृदयी कवटाळले. म्हणाले, 'नाम्या, अरे हे सावतामाळी बघ. वंश धन्य केला आहे त्यांनी माळ्याचा. ते अवघा अभिमान सोडून आपले रोजचे माळीकाम कसे जीव लावून करतात. म्हणून येतो मी इथे. त्यांच्या संगे खुरपे चालवतो. भाजी लावतो. आळ्यांना पाणी देतो.'

नामदेवाचे लक्ष सहजच देवाकडे गेले. खरंच. त्याचा पितांबर मळ्यातील चिखलाने मढला होता.

टिपा :

(१) प्रस्तुत कथा एकनाथांनी लिहिलेल्या 'सावतामाळी चरित्र' या अभंगांवर आधारित आहे. (सकल २ एकनाथ ३६६४ ते ३६७६)

(२) नामदेव स्वत:ला विठ्ठलाचा एकमेव परमभक्त मानी. त्याचा हा अहंकार एकदा गोरोबांनी दूर केला होता. (नामदेव - १३१८ ते १३३३) नंतर विसोबा खेचरांच्या उपदेशामुळे त्याचा 'अहं' पूर्णपणे मावळून तो 'पदपिंडाविवर्जित' झाला होता. (पद = परमात्मा, पिंड = देहभाव, या दोहोंच्याही अतीत अशी केवलावस्था)

सावतामाळ्याने नामदेवाचा गर्वपरिहार केला, हा प्रसंग वास्तवातील असावा असे मानण्याचे कारण नाही. या कथेतून नाथांना सूचित करावयाची आहे ती स्वधर्माचरणाची महती. नित्य देवाशेजारी राहणाऱ्या नामदेवापेक्षा आपल्या रोजच्या माळीकामातच देव पाहणाऱ्या सावत्याचे हृदय देवाने वस्तीसाठी निवडावे, ही घटना त्या दृष्टीने चित्रित केली आहे.

(३) सावतामाळी यांचे जे अभंग प्रसिद्ध आहेत त्यामध्ये तो आपले रोजचे काम व कांदा मुळा भाजी यामध्येच विठ्ठलरूप पाहतो. (सकल १ सावतामाळी ३ व ४) ज्ञानदेवादी संतांच्या बरोबरीने जाणारा देव सर्वांना मळ्याबाहेर ठेवून एकटाच सावत्याला भेटतो, हा अनुभव त्याच्याच एका अभंगातही आला आहे. (उक्त – ९)

(४) या संदर्भात ज्ञानदेव म्हणतात–

तेया सर्वात्मका ईश्वरा । स्वकर्मकुसुमाची वीरा ।
पूजा केली होये अपारा । तोखालागी ।। (ज्ञान. १८.९१३)

१५. अवघा रंग एक झाला

भर दुपारची वेळ होती. त्यातच ते दिवस वैशाखाचे. ऊन कसे रणरण करीत होते. ती वस्ती होती गावाबाहेरची–शेराबाभळीच्या झाडांखालची. तिथे कुठून मिळणार सावली? बहुतेक माणसं कुठं कुठं कामावर गेली होती. सोयराबाई मात्र घरीच होत्या. बसल्या होत्या पडवीत वाकळीला ठिगळे लावीत. वेगवेगळ्या रंगांची ठिगळे एकत्र येत होती व एकरंगी होत होती.

इतक्यात दुरून कुणीतरी येताना दिसले. कोण बरं येत आहे एवढ्या उन्हाचं? कुणी म्हातारे आजोबा वाटत होते. काठी टेकीत टेकीत येत होते.

सोयराबाईंनी कपाळी आडवा हात घेऊन नीट पाहिलं. इतक्यात ते आजोबा पार झोपडीपर्यंत आले. जख्ख म्हातारे. पार भिवयांपर्यंत पिकलेले. दमलेले दिसत होते. खपाटीला गेलेले पोट कसे जोरजोरात खालीवर होत होते.

आजोबा कसेबसे अंगणापर्यंत आले. तुळशीवृंदावनाला धरले म्हणून बरे. नाहीतर कोसळलेच असते.

मांडीवरली वाकळ खाली टाकून सोयराबाई पटकन उठल्या. हातीची सुई अंबाड्यात खोवीत पुढे धावल्या.

आता आजोबाही खाली पसरले होते. सोयराबाईंनी पाहिले. खांद्यावर जानवे दिसत होते. बामण दिसतात. मग आता पुढे कसे जावे? सावरावे तरी कसे त्यांना? आजोबा चांगलेच दमले होते. श्वास लागला होता. डोळे मिचमिचत होते. तोंडाच्या बोळक्यातून लाळ गळत होती. काय करावे? पाणी तरी कसे द्यावे? ते बामण. आपण महार. एवढ्यात आजोबा कसेबसे पुटपुटले, ''बाई, जीव तहानला आहे. पाणी देता का थोडं?

...आणि दोन दिवसांचा उपाशी आहे. भाकरतुकडा देता का? उरलासुरला भातही दिलात तरी चालेल.''

सोयराबाईंना प्रश्न पडला. काय करावे? उरला होता थोडा भात पण तो कसा द्यावा?

''आजोबा, अहो आम्ही महार. तुम्ही बामण दिसताहात. दिलं तुम्हाला काही तर विटाळ कालवणार. आमच्या माथी पाप बसणार. गावात कळलं तर लोकं दगडं मारतील. अहो, चोखोबांना असंच छळलं होतं लोकांनी. काय तर म्हणे, तू देव बाटवलास... सांगा. आता काय करू मी?''

आजोबाही तोवर थोडे सावरले होते. म्हणाले, ''बाई, कसला आला आहे विटाळ? माझे प्राण इकडे कंठी आले आहेत. द्या थोडं काहीतरी. वाचवा माझा जीव. पुण्य लागेल तुम्हाला.'' सोयराबाईंनीही विचार केला, 'अतिथी आला आहे. त्याला विन्मुख कसा पाठवायचा? आणि भुकेल्याला भाकरी व तहानेल्याला पाणी देणं हीच ना विठ्ठलाची भक्ती? होऊ दे विटाळ. देहाला विटाळ, अंतरीचा विठ्ठल का विटाळणार आहे?'

पण आता विचार करीत बसायला वेळ कुठे होता? मनी जागा झाला होता विठ्ठल. नुरला भेदाभेद. जाळे फिटले, पाखरू मुक्त झाले. कोण कुठल्या वर्णाचा - रंगाचा? अवघा रंग एक झाला.

पटकन उठल्या. घरात गेल्या. उरला भात खापरात घेतला. शिंक्यावरचे दही काढले. भात कालवून आणला. गाडग्यात पाणी घेतले. दिला आजोबांना.

कसा मटामट खाल्ला त्यांनी, किती भुकेजले होते! बोळके शितांनी माखले. अंगावरही शितं सांडत होती. गटागटा पाणी प्याले. तृप्तीचा ढेकर दिला.

''बाई, तो विठ्ठल भलेच करील तुमचे. तुम्ही मला जीवदान दिलेत. पुत्रवती भव.''

आशीर्वाद ऐकून सोयराबाई सुखावल्या. कारण पोटी संतान नव्हतेच. आजोबा उठले, सोयराबाई खापर ठेवायला घरात गेल्या. बाहेर येऊन पाहतात तो काय?... होते कुठे ते आजोबा? म्हणजे? एवढ्यात कुठे गेले? मघाशी त्यांना धड चालवतही नव्हतं. आणि आता कुठे नाहीसे झाले?

कपाळी आडवा हात घेऊन सोयराबाई पाहू लागल्या. क्षितिजापर्यंत पसरलेली आभाळाची उजळ निळाई... त्यातच तो विठ्ठल लपून गेला होता.

टिपा :

(१) कथेचा आधार - बंका महाराचे अभंग. (सकल १ बंका - ६ ते १३) बंका महार चोखोबांचा मेहुणा. चोखोबांची बहीण निर्मळा हिचा नवरा. चोखोबांना तो गुरू मानीत असे.

- पोटी मुलबाळ नसल्यामुळे सोयराबाई दु:खी होत्या. याचा उल्लेख बंकानेच केला आहे. (उक्त - ५)
- देवाला बाटविले म्हणून चोखामेळ्याला ब्राह्मणांनी छळले, या घटनेचा उल्लेख पुढील अभंगात आला आहे.

चोखामेळा - ११९ (सकल. १)
सोयराबाई - १९ (सकल. १)
कर्ममेळा - ५ (सकल. १)
(कर्ममेळा हा चोखामेळ्याचा मुलगा)

(२) विटाळ, सोवळे - ओवळे यासंबंधीचे चोखामेळा व सोयराबाई यांचे काही उद्गार उल्लेखनीय.

- नीचाचे संगतीं देवो विटाळला।
पाणीये प्रक्षाळोनि सोंवळा केला।।
...मुळीच सोवळा कोठे तो वोवळा?
...चोखा म्हणे देव दोहींच्या वेगळा।
तोचि म्यां देखिला दृष्टिभरी।। (सकल १ - चोखामेळा ८५)
- अवघा रंग एक झाला। रंगी रंगला श्रीरंग।।
मी तूं पण गेलें वायां। पाहतां पंढरीच्या राया।।
नाहीं भेदाचें तें काम। पळोनि गेले क्रोधकाम।। (सकल १ सोयराबाई - ५)
- देहासी विटाळ म्हणती सकळ।
आत्मा तो निर्मळ शुद्ध बुद्ध।। (उक्त ६)

१६. काळा चंद्र

'बाळांनो, तुम्हाला एक कोडं घालतो. सांगा त्याचं उत्तर.

सोळा एके सोळा

सोळा दुणे सोळा

सोळावाल्या पुरुषाचा

चांदोबा काळा.'

कुणी म्हणालं, ''सोपं आहे उत्तर. चंद्र-शुक्लपक्षीचा व कृष्णपक्षीचा.''

दुसऱ्यानं शंका काढली, 'पण सोळावाला पुरुष कोण?'

शेवटी सर्वांनीच गुरुजींना विनंती केली, ''भगवन् तुम्हीच सांगा.''

'ऐकातर आधी सोळावाला पुरुष कोण ते.'

कोसल देशी एक राजपुत्र होता. त्याचे नाव होतं हिरण्यनाभ. मोठा जिज्ञासू होता तो. त्यानं एकदा ऐकलं, सोळा कलांचा एक पुरुष आहे. त्याला प्रश्न पडला, कोण हा सोळा कलांचा पुरुष? त्याला कुणी सांगितलं, भरद्वाज कुळीच्या सुकेशाचे नाव.

हिरण्यनाभ गेला त्या सुकेशाकडे. त्याला विचारले. पण त्यालाही उत्तर माहीत नव्हते. पण तो प्रांजल होता. म्हणाला, ''मला ठाऊक नाही. पण मी शोध घेईन व तुला सांगेन. सुकेशा पिप्पलादमुनींकडे आला. शिष्यभावाने राहिला. पिप्पलाद त्याच्या गुरुसेवेमुळे प्रसन्न झाले. म्हणाले, बाळा काय हवे तुला?''

सुकेशा म्हणाला, भगवन् मला सोळा कलांचा पुरुष सांगा.

पिप्पलादांनी जाणले, हा प्रश्न तर शरीरस्थ पुरुषासंबंधी आहे. ते म्हणाले, 'बाळा, ऐक. परमपुरुषाने प्रथम शरीरातील प्राण निर्माण केला. प्राणापासून जन्मली श्रद्धा. मग पंचमहाभूते. मग इंद्रियसमूह. नंतर मन, अन्न, सामर्थ्य, तप, विद्या, कर्म, अवघे भूतपदार्थ व त्यांची नावे. अशा प्रकारे माणूस, त्याचे पंचभूतात्मक शरीर, त्यातील प्राणतत्त्व अशा सोळा कलांपासून तो परमपुरुष येथे अवतरतो'... पिप्पलाद

व सुकेशा यांची कथा ऐकल्यानंतर एकाने विचारले, ''म्हणजे आपण सारे त्या परमपुरुषाचीच रूपे आहोत.''

''होय. पण आपल्याला याचाच विसर पडतो. कारण आपल्या मनावर त्रिगुणांचा प्रभाव असतो. त्यामुळे मग आपल्यातील पुरुष या वा त्या गुणामुळे वेगवेगळी रूपे धारण करतो.''

''पण भगवन्, पुरुष तोच राहतो ना?''

''अगदी बरोबर. पुरुष तोच. पण बाकी त्रिगुणात्मक कला त्याला वेगवेगळी रूपे देतात. असं पहा, पाणी हे तर जीवनच. पण विषात मिसळले तर जीव जाईल. मिरीच्या वेलाच्या बुडाशी घाला. ते तिखट होईल. उसांत गोड होईल. तसंच आहे हे.''

''भगवन्, परमपुरुषाच्या सोळा कला समजल्या. पण चंद्राला काळा करणाऱ्या सोळा कला कोणत्या?''

''सांगतो, ऐका. पहिला क्रोध. मनात कामना निर्माण झाली की ते क्षुब्ध होते. त्याची सहनशीलता संपते. हा क्रोध. दुसरा लोभ, त्यामुळे पुरुष अतिकृपण होतो. या जगात जे आहे ते सर्व माझे, माझ्यासाठी आहे. मी ते दुसऱ्या कुणालाही मिळू देणार नाही. अशी ही हाव असते. ती पुरी करण्यासाठी तो दुष्कृत्यही करतो. ते लपविण्यासाठी खोटेपणा आलाच. दुष्कृत्यामध्ये हिंसा ठेवलेलीच. ती कायिक तशी वाचिकही असते. आपला स्वार्थ साधण्यासाठी त्याची कुणाहीपुढे तोंड वेंगाडण्याची तयारी असते. एवढे करून, आपणच मोठे धार्मिक आहोत, असा टेंभा मिरवण्यास तो तयारच असतो. भांडखोरपणा त्याच्या पाचवीतच पुजलेला असतो. स्वार्थ साधला नाही की शोक आलाच. त्यामुळे त्याची स्मृती हरपते. 'मी कोण' याचाच त्याला विसर पडतो. हाच मोह, त्यामुळे संतोष त्याला सोडून जातो. मग त्या रिकाम्या जागेत दैन्यदु:ख आपले बिऱ्हाड थाटतात. एवढ्यानेच तो स्वस्थ बसतो काय? छे:! आपल्या या अवस्थेबद्दल तो दुसऱ्याला दोषी धरतो व त्याची नालस्ती करतो. त्यातच त्याला समाधान वाटते. एवढे झाले तरी त्याची आशा तुटत नाही. भय फिटत नाही. झोप मोडत नाही. आळस आटत नाही.

असे हे सोळा गुण 'तामस' म्हणून जाणा. हे ज्याच्या अंगी असतात, तो पुरुष म्हणजे अविवेकाने आंधळा झालेला तमोरात्रीचा काळा चंद्रच असतो.''

गुरुजींच्या या विवेचनाने कोडे सुटले.

शेवटी ते म्हणाले, ''बाळांनो, सोळावाल्या पुरुषाचे ज्ञान मिळवून तोच परमपुरुष होणे योग्य की त्याला तमोरात्रीचा काळा चंद्र करणे योग्य हे तुम्हीच ठरवा. कारण, तुम्हीच आहात स्वत:चे मित्र आणि तुम्हीच आहात स्वत:चे शत्रू.''

टिपा :

(१) कथेचा आधार – पूर्वार्ध – प्रश्नोपनिषद् सहावा प्रश्न

उत्तरार्ध – ए.भा. अ. २५ मधील तमोगुणवर्णन

या वर्णनाचा समारोप करताना नाथ म्हणतात,

या तमोगुणाच्या सोळा कला । ज्याचे अंगीं बाजती सकळा ।

तो तमोरात्रीचा चंद्र काळा । अविवेक आंधळा तामसू ।। (ए.भा. २५.९८)

– कथारूप या उत्तरार्धासाठी आहे.

मात्र पूर्वार्धाची जोड केवळ कथेतील संकल्पनान्यासात्मक सौंदर्यासाठी आहे.

(२) सत्त्व, रज, तम यामिळून होणारी प्रकृती व तीवेगळा असणारा पुरुष – ही परिभाषा सांख्यांची. गुण ही एक गृहीतकल्पना आहे. त्यांचे अस्तित्व हे त्यांच्या परिणामांवरून अनुमित केले जाते. हे तीन गुण व त्यांच्या अतीत होण्याचा मार्ग यांची चर्चा गीतेमध्ये व तदनुसारी ज्ञानदेवीमध्ये अ, १३, १४, १७ व १८ मध्ये आली आहे.

– भागवतातही (११.२५) मध्ये गुणनिर्देश, त्यांची व्यामिश्रता व त्यापासून मुक्त झाल्यामुळे प्राप्त होणारी ब्रह्मस्वरूपावस्था यांचे विवेचन आले आहे.

– गीता १६.४ मधील 'अज्ञान' शब्दाचे स्पष्टीकरण करताना शंकराचार्यांनी 'अज्ञान म्हणजे अविवेक व अविवेक म्हणजे कर्तव्य व अकर्तव्य यासंबंधीचा मिथ्या प्रत्यय' असे म्हटले आहे. या स्पष्टीकरणाचाच कथेच्या शेवटी आधार घेतला आहे.

(३) 'पाणी हे जीवनच...' हा दृष्टान्त ज्ञानदेवी १७.६८ मधील आहे.

तुकोबांच्या अभंगातही अशीच प्रतिमा येते.

"ऊस कांदा एक आळां । स्वाद गोडीचा निराळा ।" (५७९)

"मोहरी कांदा ऊस । एक वाफा भिन्न रस ।" (१८८०)

(४) प्रश्नोपनिषदातील कथोक्त भागाचा उपसंहार करताना 'सदाशिवशास्त्री भिडे' म्हणतात, "हा षोडशकलात्मक पुरुष म्हणजे शुद्ध ब्रह्मतत्त्व होय. हा पुरुषच सर्व कलांचा किंवा पिंडब्रह्मांडातील सर्व देवतांचा मुख्य आधार असून तोच सर्व प्राण्यांचा शरण्य आहे. या तत्त्वालाच गीतेने 'पुरुषोत्तम' म्हटले आहे. पूर्ण ज्ञानविज्ञानाच्या योगाने विकसित झालेल्या निर्मल बुद्धीत या पुरुषतत्त्वाचा साक्षात्कार संपादन केल्यामुळेच मानवी जीवनाचे सार्थक होते."

(प्रश्नोपनिषद् – सदाशिवशास्त्री भिडे (१९२९) पृ. १४८)

१७. ईहा झाली दुहवा

रजोराजाचे साम्राज्य अवघी भूमी व्यापून टाकणारे होते. अर्थात यात आश्चर्य असे काहीच नव्हते. कारण आहे त्यावर संतुष्ट न राहता सतत नवनवीन प्रांत जिंकीत राहवे, हेच त्याचे जीवनसूत्र होते. म्हणूनच त्याची सैनिकी गिधाडे चहूदिशांना सतत उडत असत. हळूहळू त्याच्या राज्याच्या सीमा क्षितिजाला भिडल्या. तरीही त्याची वृकोदरी हाव त्याला स्वस्थ बसू देत नव्हती.

त्यातच त्याने आता आपल्या वयात आलेल्या मुलीकडे थोडा थोडा कार्यभार सोपविला. रजोराजाची ती कन्या तर सुतरांनितरां लोलुप होती. तिचे नावच होते 'ईहा'. मग ती स्वस्थ कशी बसणार?

तिने कारभार हाती घेतला आणि मग अवघे जीवनच वखवखले. शिकारी ससाणे सावजे गाठीत उडू लागले. उडून दमले की ते लोभवृक्षांवर विसावत. वासनावेलीच्या झोपाळ्यांवर डोलत बसत. अभिलाषेची फळे खात. तृष्णानदीचे पाणी पीत.

ईहेची शासनपत्रेच तशी होती. द्विजांना आज्ञा होती यज्ञयागांची. तेही सोमरसाचे तहानेलेलेच होते. काय हवे? हे की ते? मग हा यज्ञ करा; तो यज्ञ करा. अग्नी धगधगता ठेवा. अजापुत्रांचे बळी द्या. प्रसाद घ्या. तीर्थ घ्या. यज्ञांचा उद्घोष करा. कळू दे साऱ्यांना तुमची धर्मक्रिया.

देवळांचे कळस सोन्याचे करा. देवांनाही मढवा रत्नांनी. काय? धन कुठून आणावे? तुमच्या हाती कारभार आहे ना? काय करतात तुमचे अधिकारी? दाम घ्या मगच काम करा. कसले पाप? कसले पुण्य? सजले ना देव? सजली ना देवळे? मग हेच पुण्य. उभारा त्यावर तुमच्या धर्मकृत्यांची निशाणे. आणि ते व्रतशास्त्री कुठे गेले? शोधा त्यांना. शोधा म्हणावे, नवनवीन व्रते. मंडले मांडा. त्यांवर तीळतांदूळ पेरा. लाडूमोदकांचे प्रसाद चढवा. द्विजांची घृतकुल्या मधुकुल्या अशी चंगळ करा. भूयसी

दक्षिणा द्या. आणि मागून घ्या तुम्हाला काय हवे ते.

पती घ्या, पत्नी घ्या. बाई घ्या, बुवा घ्या. पोरे घ्या, ढोरे घ्या. भोज घ्या, चोज घ्या. आम्र घ्या, ताम्र घ्या. भोग घ्या, आभोग घ्या.

या बाला. या वामा. तुमच्यासाठीच ना आहेत? त्यांची पूजा करा. कंचुकीक्रीडा करा. मासा धरा. ससा धरा. मद्य प्या. मांस खा. नृत्य करा. कृत्य करा.

– अशी कितीक शासनपत्रे ईहेने प्रसृत केली.

असे हे ईहेचे अप्रतिहत साम्राज्य सुरू झाले खरे. पण तिला एक जबरदस्त वैरीण होती. 'निरीहा.'

ती गेली संतांकडे. म्हणाली मला आश्रय द्या.

संत ते तर दुजे भगवंतच. त्यांना ना कसली इच्छा, ना कसली अभिलाषा. ते बसले होते वेढून नि:संगता. त्यामुळे ते निरीहेचे धाम झाले. तिने ईहेच्या राज्यातील भोगांचे थैमान त्यांच्या कानी घातले. सोमप याज्ञिक, लंबोदर द्विज, वामाचारी जोगडे–नागडे यांचे चाळे त्यांच्या कानी घातले. त्यामुळे अज्ञजनांची होणारी होरपळही त्यांना सांगितली. ती ऐकून संतांची करुणा जागी झाली. मग ते निघाले ईहेच्या समाचाराला. कारण त्यांना बुडत्या जनांना तारायचे होते.

अर्थात ईहेच्या राज्यावर चालून जाणे तसे सोपे नव्हतेच. कारण, तिने चहू दिशांना कामक्रोधांची रक्षक म्हणून योजना केली होती.

हे कामक्रोध तसे वस्तात योद्धे. थोडा वेळ हरतील पण मागे हटणार नाहीत. पुन्हा ते गुप्तपणे हल्ला करणारे. ढोंगे सोंगे घेऊन वावरणारे. त्यामुळे त्यांना हुडकणेही तसे कठीणच. ते साध्वी शांतीला नागवतील. मायामातंगीला नटवतील. कुणी द्यावा त्यांचा विश्वास?

पण संतांसोबत निरीहादेवी होती. वैराग्याच्या व्याघ्रावर बसून ती आली. हाती होती नि:संगतेची शस्त्रे.

बाकी काही असो. हे कामक्रोध तसे कातरच. ईहेच्या आश्रयाने होते तोवर शूर. निरीहादेवीचा व्याघ्र पाहूनच ते पळाले.

ईहेचे संरक्षण गेले. ती आश्रय शोधू लागली. ती अहंममतेकडे गेली. पण ते तरी काय करणार? कामक्रोधांची वाट लागल्यामुळे ते आधीच दुबळे झालेले. निरीहेला केवळ पाहूनच ते मरणपंथाला लागले.

आता कोण वाचवणार या ईहेला? भोग मेल्यामुळे ती दुहवा झाली. खाली मान घालून निघून गेली. आणि इकडे बुडाले रजोराजाचे साम्राज्य. त्यामुळे सामान्यजन संतोषले, त्यांना मिळाले शांतिसुख. आता ना उरली कसली वखवख व ती मागून येणारी इंद्रियांची तगमग.

यज्ञकुंडे विझली. बळी मुक्त झाले. नवससायासांनी तोंड काळे केले. व्रतांना वैकल्य आले.

लोभाचे वादळ शमले. संतोष बरसला. वैराण भूमी पालवली. अवघे जीवन ज्ञानभक्तीने सुगंधित झाले.

– तसेच तुमचे आमचे होवो.

टिपा :

(१) ईहा व निरीहा या भागवतातील संकल्पना आहेत. भागवत (११.११) मध्ये श्रीकृष्णाने सांगितलेली तीस साधुलक्षणे येतात. त्यामध्ये एक आहे 'अनीह' म्हणजे निरिच्छ.

एकनाथांनी यावर टीका करताना निरिच्छता या अर्थाचा 'अनीहा' असा स्त्रीलिंगी शब्द वापरला आहे. त्यावर ते गमतीदार रूपक करतात. ते म्हणतात, ही अनीहा दीनपणे दारोदार हिंडत होती. ती जेथे जाई तेथे तिची वैरीण ईहा तिला पळवून लावी. शेवटी ती संतांकडे गेली. त्यांनी दयाळूपणे या अनीहेला आश्रय दिला. (ए.भा. ११.९१८ ते ९३०)

या रूपकाच्या आधारे कथेचा प्रपंच थाटला आहे. नाथांनी शेवटी 'ईहा रांडावली' म्हणजे विधवा झाली असे म्हटले आहे. त्याच अभिप्रायाने येथे दुहवा (= दुःखी) हा शब्द वापरला आहे. (हा शब्द दृष्टान्तपाठ क्र. ६४ 'दुर्भगेचा दृष्टान्त' मध्ये 'परित्यक्ता, अभागी स्त्री' या अर्थी येतो.)

(२) भागवत (२५.३) मध्ये रजोगुणांची गणना करताना ईहेचा उल्लेख येतो. तेथील टीकेत, 'ईहा म्हणजे स्वर्गप्राप्तीसाठी करावयाचे यज्ञादी सकाम व्यवहार' असे स्पष्टीकरण आहे. त्यावरून प्रस्तुत कथेत रजोराजा व ईहेची भोगवादी शासनपत्रे इत्यादी तपशील भरला आहे. नाथ 'कामक्रिया ते ईहापूर्ण' असे म्हणतात. (ए.भा. २५.७८)

(३) रजोगुणी, तमोगुणी माणसे कामनांनी कशी धपापलेली असतात याचे प्रत्ययकारी वर्णन ज्ञानदेवी अ. १७ मध्ये येते.

कामक्रोधांच्या दुबाडपणाचे चित्रण (ज्ञान. ३.२३५ ते २५४) मध्ये येते.

(४) तुलनार्थ – कामक्रोध आड पडले पर्वत। राहिला अनंत पलीकडे ।।
नुलंघवे मज न सापडे वाट। दुस्तर हा घाट वैरियांचा ।।

(तुकाराम ४४२१)

१८. अमृतासी जाहला रोग

गोष्ट तशी विलक्षणच. पण घडली खरी. असं कसं झालं, कुणास ठाऊक? पण झालं खरं.

काय झालं, अमृत आहे ना? होय, तेच. ज्यासाठी देवदानवांनी समुद्र घुसळला, जे देवांनी स्वर्गात अगदी कडक सुरक्षेत ठेवले होते, जे फार गोड आहे, असं म्हणतात, तेच अमृत. मृताला अमरत्व देणारे, ज्याच्यामुळे देव अजर, अमर झाले तेच. सर्वांना संजीवक असणारे निरामय अमृत.

त्या अमृताला रोग झाला. कसला रोग, कुणास ठाऊक? पण त्याची चवच गेली. त्याला वास मारू लागला. कुणाच देवाला ते अगदी पिववेना.

आता काय करावे? इंद्राला प्रश्न पडला. तेवढ्यात तेथे नारदांची स्वारी आली. ते सतत हिंडते. आले नारायण, नारायण करीत. इंद्राने त्यांनाच विचारले. पण सरळ उत्तर देतील तर ते नारद कसले? ते म्हणाले, नारायण, नारायण. इंद्र आधीच वैतागला होता. त्यात नारदांची ही भर. तो म्हणाला, ''मुनिवर्य, सांगाना लवकर, काय करायचं ते.''

नारद म्हणाले, ''देवेंद्रा, अरे तेच सांगतो आहे. नारायणाकडे जा. तोच खरा भिषग्वर्य. अमृताचाही रोग लगेच पळवील. पण तो नारायण, तो विष्णू, होता कुठे ठिकाणावर? नारद म्हणाले, ''अरे देवेंद्रा, तो इथे कुठून असणार? तो गेला असेल भक्तांकडे. जा बघ त्या भूवैकुंठी पंढरपुरी.''

म्हणून मग इंद्र अमृताचे ताट घेऊन गेला पंढरपुरी. आता तो दिवस सोमवारचा. त्यात एकादशी. नामदेवाचे कीर्तन चालू होते. संतमंडळी डुलत होती. भगवन् नारायणही होतेच विठूचे रूप घेऊन तिथे.

थांबला इंद्र.

दुसरा दिवस पारण्याचा. विठ्ठलाने सांगितलं चोखोबांना, आज तुमच्या घरी सर्वांचे पारण्याचे भोजन. चोखोबा आनंदले. लागले तयारीला. मग सारी संतमंडळी विठ्ठलासवे बसली भोजनाला. चोखोबा आणि सोयराबाई, कुणाला काय हवं नको

विचारीत पंक्तीत हिंडत होती.

आला तिथे इंद्र. हाती अमृताचे ताट घेऊन आला. काय करतो, नाही येऊन?

विठ्ठलाला म्हणाला, "देवा, नारायणा, अहो कालपासून तुमच्या भेटीसाठी ताटळकतो आहे. बघा जरा या अमृताकडे. कसला रोग त्याला झाला आहे कुणास ठाऊक? तुमच्याशिवाय कोण करणार त्याला बरा?"

देव म्हणाला, "अरे चोखोबा, तूच बघ बाबा. तपास त्या अमृताची प्रकृती."

चोखोबा म्हणाले, "देवा, अहो आम्हाला काय कळणार त्या अमृताचे? आम्ही आपले तुझे नाव घेतो. तेच आमचे अमृत."

पण देवानेच आग्रह धरला, "नको बाबा. असं नको करूस. बघ जरा त्या स्वर्गीच्या अमृताकडे. एवढा देवांचा राजा घेऊन आला आहे त्याला. कर बाबा, त्या अमृताला पवित्र."

चोखोबा आले पुढे. सवे सोयराबाईही होत्याच. त्यांनी केवळ पाहिलं त्या अमृताकडे. आणि काय आश्चर्य! एकदम बरे झाले की ते. अगदी पूर्ववत - गोड, निरामय, संजीवक.

चला. इंद्राचं काम झालं.

पण इकडे काय झालं? देव चोख्याघरी जेवले म्हणून बाटले की, भूदेव खवळले. ठोकले त्यांनी चोख्याला. पण देव होता ना पाठीशी. त्याने नेले सारे निभावून. अशी ही चोखोबांची अमृतमय भक्ती. येथे ना कुणी उच्च ना कुणी नीच.

टिपा :

(१) प्रस्तुत कथा एकनाथांच्या अभंगांवर आधारित आहे. (सकल २. एकनाथ ३६७७ ते ३६८३)
चोखोबांची पत्नी सोयराबाई हिच्या एका अभंगात देव संतमंडळीसह चोखोबांच्या घरी भोजन करतो, पंढरीचे ब्राह्मण त्याला छळतात. - या घटनेचा उल्लेख येतो. (सकल १. सोयराबाई १९)

(२) ज्ञानदेव सांगतात,

आगा कुलाचेया चोखटपणा नलगा। आभिजात्येंझनें श्लाघा।
व्युत्पत्तीचा ही वाउगा। सोसु कां वाहा।। (९.४२७)
म्हणौनि भक्ति गा एथ सरे। जाति अप्रमाण। (९.४४८)
जनाबाई म्हणते, चोखामेळा संत भला। तेणें देव भुलविला।। (३६)
तुकाराम - उंच निच काही नेणें हा भगवंत। तिष्ठे भाव भक्त देखोनिया।। (२८२०)

१९. मंडपघसणी

वरात मिथिलेहून कधीच निघाली आहे. आज आत्ता एवढ्यातच अयोध्येत येईल. अवघी नगरी त्यामुळे कशी उत्साहाने ओसंडली आहे!

रस्तोरस्ती सडे घातले आहेत. रांगोळ्यांनी ते सजविले आहेत. घरोघरी गुढ्या उभारल्या आहेत. दारी कलश ठेवले आहेत. दीप लावले आहेत. सारे अयोध्यावासी ठेवणीतले कपडे घालून दुतर्फा उभे आहेत. शालू, पैठण्या सळसळत आहेत.

वाद्यांचा गजर, अयोध्येचे निशाण आले. मागोमाग भेरी, मृदुंग, चौंडकी, नगारे – सगळेच नाद. प्रचंड कोलाहल!

केवढी गर्दी! पुढे सरकायलाही जागा नाही. जो तो पुढच्याला मागे रेटतो आहे. थांबा हो. ढकलता काय? आम्हालाही नवरानवरी पाह्यची आहेत की. ओढाताण; धकेबुक्के.

पण हे कोण आले मध्येच? संन्यासीबुवा दिसताहेत. शेंडी मुंडून, शिखासूत्र तोडून भगवे होऊन आलेले दिसताहेत. हाती दंड आहे. कमंडलूही आहे.

अरे, पण ही कोण मध्येच घुसली? सरळ सगळ्यांना धक्के देत आली आहे. अरेच्चा! ही तर पिंगला. नगरदारीची अहेव. तिला कसली आली आहे लाज?

पण या गडबडीत एक घोटाळा झाला ना! तिचा धक्का लागला नेमका त्या संन्यासी महाराजांना. काय हा धसमुसळेपणा! जरा नाही आजूबाजूला बघता येत? निदान यांच्या भगव्या वस्त्रांकडे तरी पाह्यचे. इतकी तरी लाजभीड नको का बाळगायला?

अरे बापरे! संन्यासी महाराज चांगलेच संतापलेले दिसतात. भगवी वस्त्रे. चेहराही कसा संतापाने लालभगवा झाला आहे!

हाती दंड आहेच. लगावला एक त्या पिंगलेच्या ढुंगणावर!

"काय ग रांडे, काही शुद्ध आहे का? सरळ माझ्यासारख्या संन्याशाला ढकलतेस?"

पिंगलाही आता थोडी भानावर आली. कारण चांगला जोरातच बसला होता दंडुका.

वळून महाराजांकडे पाहू लागली. मग तिचे तिलाच हसू आले. पण त्यामुळे महाराज अधिकच भगवे झाले. 'रांडे, सरळ धक्के देतेस, आणि वर दात काढतेस?''

'महाराज, हसू नको तर काय करू? एवढे श्रेष्ठ संन्यासी तुम्ही, कामक्रोध जिंकलेले. आणि रागावता काय असे? तुमच्या हाती दंड आहे, तो काय बायाबापड्यांना ठोकण्यासाठी? तुम्हाला आहे आपल्या संन्यासाश्रमाचा अभिमान. त्यालाच का नाही पिटाळून लावीत या दंडाने? खरं म्हणजे, केवळ रामाचे दर्शन घेतलेत तरी जाईल पळून तुमच्या मनीचे विटाळाचे भूत. जाणवेल तुम्हाला सर्वांभूती एकच असणारा आत्मा - जो ना सोवळा, ना ओवळा. सारे भेदाभेद दूर करूनच ना तुम्ही संन्यास घेतलात? मग आता करवादता का असे?...

...बघा, तुमच्या रागापायी तुमचे रामदर्शनही हुकले. आता काय बघता? वरात केव्हाच पुढे गेली आहे!'

टिपा

(१) कथेचा आधार - एकनाथ, भावार्थरामायण - बालकांड (अ. २७. ओव्या ६ ते ५५)

असाच प्रसंग नाथांनी रुक्मिणी स्वयंवरामध्येही श्रीकृष्ण - रुक्मिणी यांच्या वरातीच्या वर्णनात चित्रित केला आहे. (रु. स्वयंवर - प्रसंग १८ ओव्या २६ ते ३२)

- दोन्ही ठिकाणचे प्रसंग

  कविकल्पित सहेतुक.

  मंडपघसणी = अंगाला अंग घासेल अशी गर्दी.

  हाच शब्द श्रीधराने रामविजयात रामसीतावरात चित्रणात गर्दीसाठीच वापरला आहे. (रामविजय - ८.३१७)

  श्रीधरानेच हरिविजयात (३४.९२) राजभूत यज्ञ प्रसंगीच्या गर्दीच्या वर्णनासाठीही वापरला आहे.
- येथील कथेत नाथांनी वेश्येचे नाव 'पिंगला' असे दिले आहे. हे नाव भागवतातील यदुअवधूत - संवादातील वेश्येचे असल्याचा उल्लेख नाथ स्वतःच करतात. (भारा - बाल - २७.५४) पिंगलेची कथा (ए.भा. ८.१८८ ते ३२५) मध्ये विस्ताराने आली आहे.
- उपरोक्त दोन्ही प्रसंगांतील वेश्यांच्या मुखी नाथांनी घातलेले शब्द असे-

वर्णभिमान स्वाश्रमाभिमान। कर्माभिमान धर्माभिमान।
न वंचितां सर्वाभिमान। रघुनंदन भेटेना।। (भा. रा. उक्त - ५३)
मी उत्तम पैलहीन। विषयभेदाचें अज्ञान।
सर्वांभूती समसमान। निजात्मज्ञान तुम्हां नाहीं।। (रू. स्व. १८.२९)

(२) एकनाथांनी हे वरातप्रसंगीची मंडपघसणी का चित्रित केली आहे? सर्वच संतांच्या दृष्टीने संन्यास केवळ शिखासूत्राचा त्याग, भगवी वस्त्रे परिधान करणे व हाती दंड घेणे अशा बाह्यलक्षणात अडकलेला नसतो. त्यासाठी देहबुद्धी, अहंकार, कामक्रोध इत्यादींवर विजय मिळविला पाहिजे. भेदबुद्धीचा त्याग करून सर्वांभूती भगवंत ही भावना दृढ व्हायला हवी.
नाथांनी एका अभंगात अशा सहजसंन्यासाचे मार्मिक वर्णन केले आहे.

वासनेचे वसन समूळ फाडी। त्रिगुणजानवें तयावरी तोडी।।
...मन दंडिजे तोचि घेई सुदंडु। जीवनेंविण कमंडलु अखंडु।।
...स्वानंदाचे करी करपात्र। सहजीं सहज जेवी नारायणवक्त्र।।
...एका जनार्दनी सहजसंन्यासु।... (सकल २ एकनाथ २६३५)

(३) दांभिक संन्याशाचे तुकोबांनी केलेले वर्णन -

होऊनि संन्यासी भगवी लुगडीं। वासना न सोडी विषयांची।।
निंदिती कदान्न इच्छिती देवान्न। पाहताती मान आदराचा।।
तुका म्हणे ऐसे दांभिक जन। तया जनार्दन भेटे कैंवी।। (तुकाराम - ३९३४)
भगवे तरी श्वान सहज वेष त्याचा। तेथें अनुभवाचा काय पंथ।। (तुकाराम ३८६६)

(४) भगवद्‌गीतेमध्ये नित्य संन्यासी पुरुषाचे लक्षण करताना
राग द्वेषातीतता व द्वंद्वमुक्तता यांवरच भर दिलेला आहे. (गीता ५.३)
गीता (१८.२) मध्ये 'काम्यकर्मांचा त्याग म्हणजे संन्यास' असे महत्त्वाचे लक्षण येते.

२०. देहग्रामी न वैदेही

होय. ती वैदेही, जानकी, सीता, रामाची पत्नी – होय तीच. कशी असणार ती या देहग्रामात?

ही लंका. नगरी? छे: हे तर देहग्राम. इथे सारा देहाचा उत्सव. देहवासनांचे अखंड तेवते दीप. सारे चोचले शरीराचेच. कायेची ममता. अहंची गुरगुर. येथे कुठून असणार वैदेही?

देहग्रामी न वैदेही.

पण हा मारुती तिच्याच शोधार्थ येथे आला आहे. कारण मुद्दामच त्याला या कामगिरीवर पाठविण्यात आले आहे. समुद्र ओलांडून तो आला. मोठेच अघटित कृत्य. पण येथे येताच बसला पायबंद. प्रवेश कसा कुठून मिळणार? या लंकेची तटबंदी इतकी मजबूत की त्याचा बाप सुद्धा आत शिरू शकणार नाही.

पण आत शिरकाव तर केलाच पाहिजे. कारण त्या रामाराजाच्या पत्नीला शोधायचे आहे. काय बरे करावे?

ठीक. अणिमा साधली. सूक्ष्म मशकाचे रूप घेतले. शोधा आता.

– हे कोण? शैवदीक्षित – त्रिपुंड्रधारी दिसताहेत.

हे भगवे संन्यासी. हे अभिचार कर्मी.

ही येथे होमहवने. बळी. यज्ञांची धगधगती कुंडे.

देहवासनांना मद्याच्या आहुती.

येथे कुठून असणार सीता?

देहग्रामी न वैदेही.

– हे कोण? काय पुटपुटत चालले आहेत?

वेदपाठक. उदात्त, अनुदात्त, स्वरित फक्त त्यांना विचारा. वेदांची अक्षरे उलटसुलट म्हणून दाखवतील. हे केवळ स्वरांचे नंदी! स्वर चुकला तर त्यांचा वृत्र मरेल ना! यांना

कुठून माहीत असणार सीता?

देहग्रामी न वैदेही.

– हे क्षत्रिय. त्यांना विचारावे का? पण हे कसले? केवळ नावाचे क्षत्रिय. आपल्याच बळाचे बळी. फुकटच्या फुशारक्या मारतील. पण वेळ येताच श्वानपुच्छ वळवून पळून जातील. यांनी कधी केला आहे पराक्रम? रामाच्या धनुष्याच्या केवळ टणत्कारानेच यांचे डोळे जातील कपाळी. यांना कुठून असणार माहीत?

देहग्रामी न वैदेही.

हे कोण? कवडी कवडी धन जोडी. यांचा उदीम खिस्तीचा पांढऱ्यावर काळे. धंदे काळे. यांचे तोंडही काळेच.

हे सुवर्णकार मुलाम्याचे कारागीर. सोने म्हणून देतील लोखंड.

हे कासार. फुटक्या भांड्यांना डाग देऊन म्हणतील नवी.

हे विणकर. यांचा धागा तुटलेला. यांचा पट विरलेला.

हे शिंपी. कप्पे जोडून कपडा देतील.

हे रंगारी. यांचा एकच रंग. काळा.

हे तेली सतत घाण्याभोवती फिरत राहतील.

असे हे सारे रजतमांचे केले व्यवहारी. येथे कुठून असणार ती सत्त्वसुंदरी?

देहग्रामी न वैदेही.

काय करावे? कुठे कुठे घ्यावा अजून शोध?

सुचली युक्ती. ‘‘हे पुच्छा, जा बाबा. जरा कर गंमत–गोंधळ कळेल कदाचित कुणाच्या तरी भांडणातून तरी सीतेचा ठिकाणा.’’

पुच्छ सुटले वेगाने.

नदीच्या वाटेवर. पाणी आणण्या चालल्या नारी. डोईवर मातीच्या घागरी. शिरले पुच्छ आत. गुड्ऽऽ गुड्ऽऽ.

कोण मेलं गेलं घागरीत? डोईवरली घागर हाती घेतली. डोकावून पाहिलं. पुच्छानं केल्या नाकात गुदगुल्या. फाट् फाट् शिंका. घागरी निसटल्या हातातून गेल्या माहेरी मातीकडे.

पाणी कसं आणावं? घरोघरी ठणठणाट.

रावणाच्या दारी घटस्फोट.

अशा ठायी कशी असणार सीता?

देहग्रामी न वैदेही

हा राजरस्ता. रावणाच्या सभेकडे जाणारा.

हे मानकरी. कुणी घोड्यावर. कुणी हत्तीवर. कुणी पालखीत. पुच्छाने केली गंमत.

घोड्यांच्या पायात सळसळ, उधळले ते. घोडेस्वार सरकले. हत्तींच्या सोंडेत फुस् फुस्. पिसाळले हत्ती उधळले. हा पडला. तो पडला.

पालखीचे भोई. पुच्छाने केल्या जांघांत गुदगुल्या. टाकल्या पालख्या खाली. आपटले मानकरी.

जो तो दुसऱ्याला देऊ लागला शिव्या.

अवघे राज्य कलीचे. येथे कुठून मिळणार तिचा पत्ता?

देहग्रामी न वैदेही.

आता आली ही रावणाची सभा. पुच्छा शिरले हळूच. घालवून टाकले दिवे. आणि काढून घेतली एकेकाची वस्त्रे. हे काय? माझी पगडी? माझा अंगरखा? माझे धोतर?

काळोखात काय धुंडाळणार?

एवढ्यात दिवे आले. अवघे नागवे. कुणी कुणाला लाजावे? – कोणाचा रे हा उपद्व्याप?

पुच्छ आले पुढे. अरे पकडा याला. पेटवा.

भपकन् पेटले. तसेच नाचत सुटले.

रावणाची दाढी जळली. कुणाकुणाच्या ढेंगांत शिरले. हाय् हाय्! त्यातच भयाने सरला अधोवात. पण...

काय एवढ्या उपद्व्यापांनीही यश नाही?

मारुती झाला चिंतित. पण त्याला नैराश्य ठाऊक नव्हते. जय श्रीराम!

लागला हिंडू घरोघरी. वाडोवाडी. आणि अचानक रावणमंदिरी ऐकू आला मंदोदरीशी चाललेला संवाद.

कळले त्यातून, सीता आहे अशोकवनी.

चला आता तिकडे.

ही रामाची मुद्रिका. तीच भेटवील आता सीतावैदेही.

टिपा :

(१) प्रमुख आधार – (एकनाथ भावार्थ रामायण – सुंदरकांड अ. १ ते ३)
काही तपशील वगळून.
अनैतिक मार्गांनी धन जोडणारे व्यावसायिक, शिस्नोदरपरायण याज्ञिक ब्राह्मण, मरणभयाने भ्यालेले क्षत्रिय, यांना कुठून माहीत असणार राम, सीता व खरीभक्ती?

हे सुचविण्यासाठी नाथांचा हा कथाविनोद आहे. ''या लंकावर्णनाच्या निमित्ताने स्वकालीन लोकजीवनावर नाथांनी प्रकाश टाकला आहे.'' (फाटक. एकनाथ. १९३)

- नाथकालीनच कशाला? आजच्याही भ्रष्ट जीवनाकडे हे वर्णन अंगुलीनिर्देश करतेच की.

(२) लंकेत प्रवेश मिळावा म्हणून मारुतीने एका मशकाचे रूप घेतले, असे वर्णन एकनाथ येथे करतात.

मूळ वाल्मीकि रामायणात मारुती एका लहान मांजराच्या रूपाने शिरल्याचा उल्लेख येतो.

तुलसीरामायणात मशकच आहे.

अन्य काही रामायणांत भ्रमर, मूषिका, शुक, काक - असे वेगवेगळे उल्लेख मिळतात. (बुल्के - ४००)

(३) निवेदित कथेतील काही शब्दांची स्पष्टीकरणे -

अणिमा - अष्टसिद्धींपैकी एक. या अष्टसिद्धी अशा अणिमा (शरीर सूक्ष्म करणे), महिमा (शरीर मोठे करणे), लघिमा (शरीर इलके करणे), प्राप्ती (इंद्रियदेवता वश करून घेणे), प्राकाश्य (परलोकीचे अदृश्य विषयही पाहणे), ईशित्व (सर्व पदार्थांवर सत्ता मिळविणे), वशित्व (परमेश्वराचे गुणैश्वर्य प्राप्त करून घेणे) व प्राकाम्य (सर्व कामनांची तृप्ती) (भागवत ११.१५ ४-५)/ (ए.भा. १५. ४३ ते ४८)

अभिचारकर्मी - याचा तपशील पुढे कथा क्र. २२ मध्ये येणारच आहे. तेथील टीप क्र. २ पाहावी.

उदात्त, अनुदात्त इ. व वृत्राचा उल्लेख - वेदांच्या उच्चारांतील स्वरभेद. उदात्त म्हणजे उच्च स्वर, अनुदात्त म्हणजे खालचा स्वर व स्वरित हा या दोहोंमधला. वैदिक मंत्र लिहिताना अनुदात्त अक्षर हे त्याच्याखाली आडवी रेघ काढून व स्वरित हे त्याच्या शिरावर उभी रेघ काढून दाखविले जाते. उदात्त अक्षराला खूण नसते.

मंत्र जर चुकीच्या स्वरांनी उच्चारले तर इष्ट फळ मिळत नाहीच उलट पठण करणाऱ्याचे अनहित होते. अशी पारंपरिक श्रद्धा आहे. या संदर्भात नेहमी वृत्रकथेचा उल्लेख येतो. वृत्राच्या बापाने यज्ञ केला व इंद्राला मारणारा पुत्र मागून घेतला. परंतु आहुती देताना त्याने 'इंद्रशत्रुः' चा जो उच्चार केला त्यामध्ये एक स्वर चुकला. त्यामुळे त्याला 'इंद्रः शत्रुः यस्य सः' असा पुत्र झाला. 'इंद्रस्य

शत्रुः' असा पुत्र त्याला हवा होता. तो मिळाला नाही. त्यामुळे इंद्राने वृत्राला मारले. (लेले. ४८)
वृत्रकथेच्या संदर्भासाठी व विविध अर्थांतरांसाठी पहा - प्रस्तुत लेखकाचा पुढील लेख.
"मिथकाचा विस्तार केवढा?" (नव - अनुष्टुभ् - सप्टें - डिसेंबर २००८)

२१. ब्रह्मदेवाचे पत्र

"वाच.सौमित्रा,वाच."

काय लिहिले आहे ब्रह्मदेवाने? ऐकू दे मला हनुमंताच्या पराक्रमाची कहाणी."

"पण रामराया, हनुमंत आला आहे ना परत? मग तोच का नाही सांगत? हे पत्र कशाला? हा ब्रह्मया कशाला मध्येच?"

"वाच. सौमित्रा, वाच."

उमगेल तुला वाचतावाचताच. अरे हा हनुमंत आहे खरा ज्ञानी. हा स्वमुखे न वदेल वाणी. म्हणून हा ब्रह्मया. अरे, हा तर सर्वांचा बापया.

"वाच. सौमित्रा, वाच."

काय म्हणतोस? हनुमंताने समुद्र ओलांडला? लंकेत शिरण्यासाठी अणिमा साधली? मशकाची गंमत. आणि काय, पुच्छाने रावणाची दाढी जाळली?

वा: वा:!

"वाच. सौमित्रा,वाच."

अशोकवन, मुद्रिका, सीतेचा चूडामणी, वियोगदु:ख पुन्हा जागे झाले.

"थांब सौमित्रा थांब."

पुसू दे मला डोळे. येऊ दे मन थाऱ्यावर... हां ठीक. आता ऐकू दे मला, पुढे काय झाले ते.

"वाच. सौमित्रा, वाच."

अशोकवनीचा विध्वंस. वनपालांच्या गोफणी, त्यांनी मारलेले दगड. पण हनुमंताने गुंडाळले साऱ्यांना शेपटीत. फेकून दिली ती मोटली समुद्रात. जलचरांची चंगळ झाली.

"वाच. सौमित्रा, वाच."

रावणाने सैन्य पाठविले. सेनापतीचा मुलगा जंबुमाळी, त्याने पाडला बाणांचा पाऊस. पण त्यामध्ये तोच गेला वाहून. हनुमंताने त्याचे बाण त्याच्यावरच उलटविले.

जंबू गेला जंबालात. मग आला रावणाचा मुलगा – अक्ष. त्यालाही हनुमंताने पाठविले जंबूच्याच वाटेने.

इंद्रजित, त्याने सोडले ब्रह्मास्त्र, त्याचा मान राखलाच पाहिजे. म्हणून मग हनुमंताने घेतले स्वतःला बांधून व आला रावणाच्या सभेत.

''वाच. सौमित्रा, वाच.''

रावणाच्या सभेत तर हा धुमाकूळ! हनुमंताची शेपटी पेटवली. पण तिथेही गंमतच केली त्याने. बसला शेपटी लांबवीत. किती वस्त्रे आणली तरी पुरेनात. मग केली लंका नागवी. मग तेल-तूप. तरीही पेटेचना शेपटी. नुस्ता धूर. मग रावणाने दहाही तोंडांनी घातली फुंकर. पेटली शेपटी भपकन्. दहाही तोंडे होरपळली.

''वाच. सौमित्रा, वाच.''

का बाबा थांबलास मध्येच? कसलं एवढं हसू येतं आहे तुला? वाच की पुढे.''

पेटत्या शेपटीचा पराक्रम. या वाड्यावरून त्या वाड्यावर. हनुमंताच्या पेटत्या उड्या. वाडे जळले. हुडे पेटले. अवघा कल्लोळ. पाणी आणा, पाणी. पण होतं कुठे पाणी?

लंका झाली अग्नये स्वाहा.

शेवटी हनुमंताने विझवली शेपटी समुद्रात आणि आता आला आहे परत... भेटा त्यालाच.

''पण माझा पराक्रम मीच कसा सांगू? ब्रह्मया, मी तुमचा मान राखला होता ना? मग आता तुम्ही करा ना मला थोडी मदत. लिहा ना आता सारी हकीगत. कळवा ना हे रामरायांना पत्राने.''

''ये. हनुमंता, ये. दूर का उभा? भेट मला उराउरी. कळली मला तुझ्या पराक्रमाची वार्ता. केवढा रे तुझा पराक्रम! कसा होऊ मी तुसा उतराई?''

हनुमंत उभाच. डोळां पाझर प्रेमाचे.

> ''देव देवपणें दाटला। भक्त भावार्थे आटला।
> परमानंद प्रकटला। तटका तुटला आशेचा।।''

टिपा :

(१) एकनाथ – भावार्थ रामायण – सुंदर कांड – अ. २६ ते ३३ – संक्षेपाने. हा कथेचा प्रमुख आधार.

– सीतेच्या शोधासाठी लंकेत गेलेला हनुमान जेव्हा परत आला तेव्हा समुद्रतीरी महेंद्रपर्वतावर त्याची वाट पाहत बसलेले अंगद जांबवंतादी वानरवीर आनंदले. ही वार्ता रामाला कळविण्यासाठी सर्वजण निघाले. परंतु हनुमानाने आपला

पराक्रम स्वमुखे न सांगता तो ब्रह्मदेवाला पत्र लिहून कळविण्यास विनविले. त्याने असे का केले? तर–

स्वमुखें सांगो नये कीर्ती। वंचूं नये स्वामीप्रती।
ऐसिये संकटीं मारुतीं। प्रजापती विनविला।। (उक्त. २३.१३०)

ब्रह्मरेखाने सविस्तर पत्र लिहिले. ते घेऊन जांबवंत रामलक्ष्मणांकडे आला. ते पत्र वाचण्याची आज्ञा रामाने लक्ष्मणाला केली. त्या पत्रात वर्णिलेला हा वृत्तांत आहे. एकनाथांनी तो सविस्तर दिला आहे. येथे त्याचा संक्षेप केला आहे.

- ***मुद्रिका व चूडामणी*** – सीतेला हनुमंताची ओळख पटावी म्हणून रामाने त्याच्याजवळ आपली मुद्रिका (= अंगठी) दिली होती. या उलट आपली हनुमंताशी भेट झाली आहे, हे रामाला कळावे म्हणून सीतेने आपल्या वेणीतील एक मणी (= रत्न) काढून दिला. तो चूडामणी.

(२) हनुमंताने स्वमुखे आपला पराक्रम न सांगता तो ब्रह्मदेवाकरवी पत्र लिहून कळविला, ही घटना वाल्मीकिरामायणात नाही. आनंदरामायणात तिचा फक्त उल्लेख आहे. (आनंद. १.९.२८०–२८१) एकनाथांनी मात्र ही घटना ती मागील आध्यात्मिक हेतूसह सविस्तर वर्णिली आहे.

(३) कोणता हेतू आहे या मागे?
गीता (अ. १३) मध्ये जी ज्ञानलक्षणे येतात त्यामध्ये पहिले आहे. 'अमानित्व' म्हणजे 'आत्मश्लाघा न करणे', असे शंकराचार्यांचे स्पष्टीकरण आहे.
ज्ञानदेव सांगतात,

पूज्यता डोला नेदखावी। स्वकीर्ति कानीं नाइकावी।
हा अमुका ऐसी न व्हांवी। से चि लोका।। (ज्ञान. १३.१८८)

'अमानित्वा'चा हाच ध्वन्यर्थ एकनाथांनी हनुमंताच्या चरित्रातून व्यक्त केला आहे.

(४) संतांच्या या अध्यात्मसूत्राचा परिणाम पंडिती कवितेतही मिळतो. उदा. मोरोपंतांच्या आर्याभारतातील कर्णपर्वामध्ये आरंभापासून आत्मश्लाघा करणारा कर्ण व विनयी मौन पाळणारा अर्जुन यांतील भेद पंतांनी मूळ भारतीकथेनुसार चित्रित केला आहेच; परंतु त्याला ते उपरोक्त सूत्राची जोड देतात. कर्णवधार्थ शेवटचा बाण सोडताना त्यांचा अर्जुन म्हणतो,

विधिनें जोडुनि नेले असेल जरि कीर्तनें न तप नाशा।
तरि या शरें वृष मरो, हरिचीच पुरो पुरो न तपनाशा।।
(मोरो. आर्याभारत कर्णपर्व ४९.४७)

(= जर (स्वमुखे स्वपराक्रम) सांगितल्यामुळे माझे आजवरचे तपाचरण ब्रह्मदेवाने नाहीसे केले नसेल तर या बाणाने वृष (= कर्ण) मरो. हरीची (= इंद्राची, श्रीकृष्णाची) इच्छा पूर्ण होवो, सूर्याची (तपन) आशा मावळो)

(५) अमानित्वाच्या उलट 'मानित्व' म्हणजे सतत 'मी' पणाचा डंका पिटणे. स्वतःच्या शहाणपणाची टिमकी वाजवणे. असा अज्ञानी माणूस जे आत्मश्लाघेचे उद्गार काढतो त्यांची संभावना करताना ज्ञानदेव म्हणतात,

"असा स्वकर्तृत्वाचा नगारा स्वतःच पिटीत रस्तोरस्ती हिंडणे म्हणजे आपल्या तीर्थरूप आईला चव्हाट्यावर नग्न करण्यासारखे आहे.'' (ज्ञान १६.२१६)

– ज्ञानदेवांचे हे उद्गार आजही लक्षात घेण्यासारखेच नाहीत काय?

२२. हाणा हनुमंताची लाथ

“**चाल. हनुमंता, चाल.**”

“होय. निबिड आहे हे अरण्य. पण यातून वाट काढीत गेलेच पाहिजे.”

“**मोड. हनुमंता, मोड.**”

“मोड हे वृक्ष. उपट या वेली. काढून टाक हे काटेकुटे.”

“**थांब. हनुमंता, थांब.**”

“येऊ दे आम्हाला, तुझ्या मागोमाग. खूप दूर जायचे आहे. अगदी या अरण्याच्या गर्भात आहे ती निकुंभिला नगरी.”

“**होय. हनुमंता, होय.**”

“तेथेच बसला आहे तो रावणाचा पुत्र, माझा पुतण्या, इंद्रजित. मोठा कपटी आहे तो. करीत आहे तो एक अभिचार यज्ञ. गेला जर तो यज्ञ सिद्धीस, तर तो देवांनाही अजिंक्य होईल.”

“**होय. हनुमंता, होय.**”

“अरे मला, बिभीषणालाच ना माहीत असणार त्या माझ्या मायावी पुतण्याचे बीभत्स उद्योग? म्हणूनच मी रामरायांना सांगून लक्ष्मणासह तुला घेऊन येथवर आलो आहे.”

“**कर. हनुमंता, कर**”

“त्या यज्ञाचा तूच कर विध्वंस, तो पुरा होण्यापूर्वीच.”

“**बघ. हनुमंता, बघ.**”

“त्या दुष्टाने या दुर्गम वाटेवर वनदेवतांनाही कसे बांधून ठेवले आहे! सौमित्रा, बाणांचा वर्षाव कर. मुक्त कर त्यांचे पाश. हनुमंता, उडव त्यांना आभाळात.”

“**वाचव. हनुमंता, वाचव.**”

“अरे आम्ही साध्याभोळ्या वनदेवता. नको ना मारू आम्हाला. त्या दुष्टाने

ठेवले होते आम्हाला बांधून. तू आमचा त्राता. तूच प्राणदाता, आम्हीच दाखवतो तुला पुढची वाट.''

''ऐक. हनुमंता, ऐक.''

''यापुढे एकामागून एक संकटे येतील. काटे लागतील. पाऊस येईल. वारावादळ सुटेल. साप डसतील. पिशाच्चे भेडसावतील. राक्षस चालून येतील.''

''कर. हनुमंता, कर.''

''तूच कर ही संकटे एकेक करून दूर. तूच करू शकणार हे अघटित कर्म.''

''भले! हनुमंता, भले!''

''कुटलेस काटे. पळविलेस पावसाला. वडिलांना विनवून थांबविलेस वादळ. सापांवर मुंगूस सोडलेस. पिशाच्चांचा तू भैरव झालास. त्यांच्या आयाबाया गेल्या छाती पिटीत पळून. गुंडाळलेस राक्षसांना शेपटीत. फेक आता त्यांना दूर.''

''होय. हनुमंता, होय.''

''हाच तो प्रचंड वटवृक्ष, याच्या पारंब्यात बुडाले आहे निकुंभिलेचे प्रवेशद्वार. शोध ते... काय? मिळाले? पाहिलंस? त्या दुष्टाने येथेही यक्षिणींना खिळवून ठेवले आहे. कर त्यांना मुक्त कर.''

''हाण. हनुमंता, हाण''

''आता तुझी लाथ. आणि उघड ते द्वार.''

''बघ. हनुमंता, बघ.''

''बघ हा मंडप. सौमित्रा, तूही पहा. कसे त्याच्या मधोमध धगधगतो आहे यज्ञकुंड!''

''बाजूला ही शस्त्रे आहेत ना? ती मंत्रून घेण्यासाठीच आहे हा यज्ञ.''

''बघ. कसे या शस्त्रांचेच परिस्तरण चालू आहे. येथे दर्भ नाहीत. आणि परिसमूहनही आहे मद्याचे. त्यासाठी पवित्र जल नाही.''

''बघ. ही कवटी. घृतपात्र नाही. या कवटीतच ठेवलं आहे काळ्या बोकडाचे रक्त. येथे ना आज्य, ना घृत, येथे बळीही बोकडाचाच.''

''येथे तीळ नाहीत. तांदूळ नाहीत. त्या ऐवजी आहेत काळ्या मोहऱ्या, बिब्वे, मीठ.''

''आणि जरा वर बघ. दिसलं का ते कंकण? त्याला बांधून ठेवली आहे एक काळी चिमणी, एक घुबड व एक नाग. त्या नागाचे गरळ ठिबकते आहे यज्ञकुंडात. येथे वडउंबर नाहीत. समिधा आहेत बेहेड्याच्या. ते बघ. कडू भोपळ्याचे एक पात्र रक्तानेच भरलेले. त्यात बुडवून या समिधांची आहुती दिली जात आहे. शिवाय आहुत्यांसाठीच आहेत सरडे, बेडूक, मासे, मगरी, पिंगळे व गिधाडेही.''

"बघ. हनुमंता, बघ."

"कसला हा बीभत्स यज्ञ! हा यजमान इंद्रजितही बघ. कसा प्रेताच्या आसनावर बसला आहे. रक्ताने माखलेली वस्त्रे नेसून! बघ. त्याचा शेंदूर फासलेला भेसूर चेहरा. ऐक. त्याचे हे अभिचार मंत्र."

"हाण. हनुमंता, हाण एक लाथ."

"आणि उठव या यजमानाला. नाही उठत? उपट त्याचे कान. उपट त्याचे केस. कर तुझा प्रचंड भुभुःकार."

"पाहिलंस? हनुमंता, पाहिलंस?"

"कसा ढिम्म बसला आहे हा माझा पुतण्या! तसा हलणार नाही तो. त्याच्या आहुत्या थांबणार नाहीत. त्याची मंत्रांची पुटपुट चालूच राहील."

"थांब. हनुमंता थांब."

"मीच करतो आता एक युक्ती. मलाही येते माया करता. आता आणतो मायेनेच येथे त्याच्या आईला, मंदोदरीला."

"आला का?"

"ऐक. हनुमंता ऐक. तिचे ओरडणे ऐक—"

"हा मेल्या, अरे कसा अजून करीत बसला आहेस यज्ञ? अरे तिकडे युद्धभूमीवर तुझा बाप मेला सुद्धा. बघ ही त्याची दहा मस्तके. थांबव आता तुझा यज्ञविधी. चल आता निदान पिंड तरी द्यायला. ऐक बाबा, ऐक या रंडकीचं."

"बघ. हनुमंता बघ."

"कसा पक्का आहे हा! असा फसणार नाही. तो जाणतो माया."

"अरे, पण हे काय? तो बघ, यज्ञकुंडातून एक घोडे जुंपलेला रथ वर येत आहे. तो जर सापडला याला तर मग धडगत नाही कुणाची. भारी होईल मग हा देवांनाही."

"हाण. हनुमंता हाण."

"हाण तुझी लाथ." फुरफुरते आहे ना तुझी शेपटी? मग घे सरळ या यज्ञकुंडातच उडी. दे ढकलून तो रथ पाताळात.

"अरे, तू रामाचा भक्त. ह्या भुताखेतांचे काय चालणार तुझ्यापुढे? कसले रे हे अभिचार? कसली रे ही बीभत्स हवने! अरे हा शेंदरी प्रेतभक्षकांचा धर्म. तो कसा टिकणार तुझ्यापुढे?"

"भले! हनुमंता, भले रे भले!"

"गेला ना रथ पाताळात? उठला ना तो दुष्ट आतातरी? आता येऊ दे त्याला युद्धाला. नको आता त्याची भीती. सौमित्रा, दे त्याला पाठवून यमसदनी."

टिपा :

(१) एकनाथ – भा. रा. युद्ध (अ. ३७ व ३८) मधील इंद्रजिताच्या अभिचार होम वर्णनावर प्रस्तुत कथा आधारलेली आहे.

मूळ वा. रा. मध्ये या यज्ञाचा त्रोटक उल्लेख येतो. तेथे, ''यज्ञ पूर्ण होण्याआधीच इंद्रजित युद्धभूमीवर गेला व लक्ष्मणाकडून मारला गेला.'' असा उल्लेख येतो. (वा. रा. युद्ध. सर्ग ८२, ८४ ते ८६ व ९०)

– एकनाथांचे वर्णन सविस्तर आहे. यातील बव्हंश तपशील तत्कालीन तामस प्रवृत्तीच्या लोकांच्या अभिचारकर्मांवर आधारित आहे. यज्ञस्थान गुप्त जागी असणे, वाटेत विघ्ने येणे आणि शेवटी हनुमंताने रथ पाताळात ढकलणे– या घटनाही मूळ वा. रा. मध्ये नाहीत. ही नाथांची निर्मिती आहे.

– नाथांच्या येथील वर्णनाच्याच अनुकरणाने रामदासांनी आपल्या रामकथेत या यज्ञाचा केवळ उल्लेख केला आहे. (रामदास – रामायण, युद्ध अ. ६ श्लोक ७९) श्रीधराच्या रामविजयातही असाच त्रोटक उल्लेख येतो. (रामविजय – अ. २९ ओव्या ५८ ते ८०)

(२) अभिचार म्हणजे जारण मारण विद्या; जादूटोणा.

अथर्ववेदामध्ये दारिद्र्य, रोग, क्षुधा, भय, शोक इत्यादींच्या परिहारार्थ केल्या जाणाऱ्या मंत्रादी उपचारांचा बराच तपशील येतो.

कालांतराने या अभिचारमंत्रांच्या ठायी काही गूढ शक्ती असते, या श्रद्धेतून त्या मंत्रांच्या देवता, त्यांच्या उपासनेचे विधी, त्यांची स्तोत्रे, त्यांची यंत्रे (= विशिष्ट प्रतीकात्मक रेखाकृती) यांचे एक स्वतंत्र शास्त्र विकसित झाले. त्यालाच आगम (= तंत्रशास्त्र) असे म्हणतात. या आगमांचे मूळ काही लोकदेवता व त्यांचे पूजाविधी यामध्ये असावे. यातील काही आचार शाक्तपंथीयांमध्ये 'वामाचार' म्हणून रूढ झाले.

संतांनी या गर्ह्य प्रकारांचा निषेधच केला आहे.

ज्ञानदेवी (अ.१५) अश्वत्थवर्णन. याचे वर्णन करताना ज्ञानदेव म्हणतात, ''या वृक्षाच्या मनुष्यरूपी शाखांना तमोगुणाच्या वाऱ्यामुळे अधम वासनांच्या डहाळ्या फुटतात. त्यांना येणारी पाने म्हणजे अभिचार प्रतिपादणारे 'परमार' (= पीडादायक आगम). (ज्ञान १५.१६२ ते १६६) पुढे (अ.१६) मध्येही आसुरी संपत्तीच्या लोकांचे वर्णन करताना या परमारांचा उल्लेख येतो. (ज्ञान १६.३५८) याचा अधिक तपशील (१६.३९६ ते ३९८ व १७. ९५–९६) मध्ये येतो.

– एकनाथांच्या भागवतटीकेतही भूतप्रेतगणांचे पूजन करणाऱ्यांच्या पूजाविधीचे

वर्णन करताना येथे आहे तसाच तपशील नाथांनी भरला आहे. हे पूजक शेवटी अंधतम नरकात जातात, असेच नाथ सांगतात. (ए.भा. १०.५७८ ते ५९०)
- संतांनी वर्णिलेला हा भाग उघडच त्याचा त्याग करावा, हे सुचविण्यासाठी आहे. असे गर्ह्य प्रकार कुठे चालू असतील तर भय न बाळगता ते लाथेने उडवावेत, असेच एकनाथ सुचवितात.

२३. 'मला नको हे वैभव...'

गंगातीर, भरद्वाजांचा आश्रम, लंकेहून सीतेसह परतलेले रामचंद्र अयोध्येला जाण्यापूर्वी येथे थांबले होते.

वनवासाची चौदा वर्षे पूर्ण झाली होती.

भरद्वाज म्हणाले, ''राघवा, बहुत सोसले तुवां. आता जानकीसह अयोध्येचे राज्य कर.''

रामचंद्र हनुमंताला म्हणाले, ''हनुमंता जरा अयोध्येकडे जाऊन ये. भरताला भेट. अवघा वृत्तांत त्याला सांग. तो ऐकत असताना त्याच्या मुखावरील भाव पाहून घे. अरे, चौदा वर्षे त्याने वडिलांचे राज्य सांभाळले आहे. त्याला आता ते परत करावेसे न वाटले, तर राहू दे. करू दे त्याला पृथ्वीचे राज्य.''

म्हणून मग हनुमंत नंदिग्रामी आला. अयोध्येपासून अवघे कोसावरचे गाव. रामचंद्र वनवासाला गेल्यापासून भरत येथेच राहून अयोध्येचा राज्यकारभार पाहत होता.

प्रफुल्लित वृक्षांच्या छायेत होता त्याचा आश्रम. तेथे दिसला हनुमंताला तो भरत. कसा? वल्कले धारण करणारा. तपाचरणामुळे कृश झालेला. जटाधारी. मुखी तेज एखाद्या ब्रह्मर्षीचे. हनुमंत वंदन करून म्हणाला, ''हे मानवदेहधारी धर्मराजा, ऐक. प्रभू रामचंद्र जानकीसह परतले आहेत. भरद्वाजांच्या आश्रमी विसावले आहेत. उदयीक येथे येतील.''

हनुमंताचे हे शब्द ऐकताच भरत सात्त्विक भावांनी गहिवरला. ''हे श्रुतींनो, ऐकलेत ना? माझा प्रभू परत आला आहे... तू कोण? देव की मानव? किती गोड वार्ता दिलीस! काय देऊ तुला?... मज भेटवी राघव.''

''आनंदाने मी वेडा झालो आहे. काय बोलू? काय करू? डोळे भरून आले आहेत माझे. काहीच नाही दिसत मला. आहेस ना तू इथेच? ऐकतो आहेस ना?...

मज भेटवी राघव.''

हनुमंत नि:शंक झाला. त्याला भरताचे निर्मल मन जाणवले. याला राज्यलोभ नाही. मनी आहे केवळ श्रीराम.

''हे रामदूता, अरे हे राज्य श्रीरामांचे. त्यांची आज्ञा म्हणून चौदा वर्षे सांभाळले. केव्हा एकदा त्यांचे त्यांना हे परत देईन. असं मला झालं आहे.''

''अरे, मला ही सत्ता नको. मला नको हे वैभव. मला हवा केवळ राघव.''

''हवा कशाला राज्याचा लोभ? अरे या लोभापायी कितीएक गेले मृत्युपंथी. जे लोभ जिंकून स्वधर्मी राहिले ते लागले अमृतपंथी.''

''अरे, हे सत्तेचे पद म्हणजे लोभाची विवसी. एकदा पछाडलं तिनं की तेच हवं अशी चटक लागते. तो सत्तामद, तो ताठा, तो अहंकार.''

नको. नको मला ते काही.

''पदें भोगितां त्या मदें बाधिजेते. दिसेंदीस आयुष्य तें व्यर्थ जातें.''

''नको मला हे वैभव, मला भेटवी राघव.''

टिपा :

(१) रामदास - रामायण युद्ध. (११. ६१ ते ७०) यावर ही कथा आधारित. अयोध्येत प्रवेश करण्यापूर्वी रामचंद्र भरद्वाजांच्या आश्रमी थांबतात. भरद्वाज त्यांना भरताच्या नि:स्पृह, तापस जीवनाविषयी सांगतात. परंतु प्रत्यक्ष खात्री करून घ्यावी म्हणून राम हनुमंताला पाठवितात. नंदिग्राम हे गाव अयोध्येच्या सीमेवरचे. तेथे राहून भरत अयोध्येचा कारभार केवळ एक विश्वस्त म्हणून पाहत होता. हनुमंताला तो कसा दिसला? तर-

''तं धर्ममिव धर्मज्ञं देहबंधमिवापरम्।'' (वा.रा.युद्ध. १२५.३६)

रामदासांच्या उपरोक्त निवेदनाला हा भाग जोडून घेतला आहे.

(२) रामदासांच्या सर्वच उपदेशाच्या मुळाशी देहबुद्धी व आत्मबुद्धी यामधील विवेक आहे. लोभ, मद, मत्सर ही देहबुद्धीची पिलावळ. त्यांच्या तावडीत न सापडता सदैव आत्मबुद्धी जागृत ठेवावी, हा बोध रामदासी काव्यात ठायी ठायी भेटतो. उदा. 'षड्रिपु निरूपण' नामक प्रकरणात 'मद' या रिपूचे वर्णन करताना ते म्हणतात,

''मद हा वोरवटा मोठा, मद हा खेदकारकु ।
मदानें पद लाभेना, मद शोक करी भला ।।'' (पांगा. ८५)

मनाच्या श्लोकांतही देहबुद्धीच्या आहारी गेल्यामुळेच कसा सर्वनाश होतो, हे

सांगताना ते म्हणतात,

मना, सांग पां रावणा काय झालें?

अकस्मात ते राज्य सर्वे बुडालें! (म.श्लोक १३, पांगा. १२१)

(३) सत्ता मिळाली की ती सोडावयाची नाहीच,
उलट वंशजांचीही सोय करून ठेवावयाची, अशा व्यवहार युगात हे भरताचे
उदाहरण काय कामाचे?

२४. वामनराव आणि प्रतापराव

पोर तसं जन्मत: दुबळंच होतं. पण नवसासायासाचं होतं ना! मग काय विचारता कोडकौतुक! बारसं थाटात झालं. पाळण्यात घालताना एक बाई दुसरीच्या कानी कुजबुजलीच, ''काय हो, हे काय पोर म्हणावं की कोण? कसं सुरकुतलेलं आहे थोबाड! माकडच दिसतं आहे?''

''हळू बोला हो. धरील लवकरच बाळसं.''

नाव ठेवलं आजोबांचंच - 'वामन'

वामन हळूहळू मोठा झाला. मग लागला इकडे तिकडे धडपडायला. पण अंगी होता कुठे घस्मरपणा? जरा काही लागलं की यायचा रडत.

मग एकेक दुखणी. लहान मुलांची असतातच ना? गोवर, कांजिण्या एकदा तर मोठ्या बाया आल्या. मग सुरू तिवठा पूजन. बायांची गाणी...

पण निभावलं कसंतरी.

पण एकदा वामन कसंतरीच करू लागला. वेडावाकडा चेहरा. हातापायांच्या जुड्या. रडेना, बोलेना.

मग अंगारे धुपारे. जाखाईला नवस. खंडोबाचा भंडारा. मांत्रिक सुद्धा आले. म्हणाले, हे पिंपळावरचं आहे. अक्षता मंत्रून देतो. त्या फेका. आणि दर अमावास्येला पूजीत जा पिंपळाला...

पण मग ते जसं आलं होतं, तसंच गेलं.

आता वामनचे वामनराव झाले. मुली सांगून येऊ लागल्या.

केली त्यातलीच एक पसंत. थाटात केलं लग्न.

पोर तशी परकरीच होती.

पण आली एक दिवस वयात. वामनरावही वाट पाहतच होते. मग काय, तिचाच ध्यास. तिचाच भास. तिचाच वास, तिचीच कास धरून असायचे. आईलाही विसरले.

मग? अहो मग काय? ‘लेकुरें’ उदंड झाली. लक्ष्मी मात्र रुसून गेली.

बाळंतपणे. एका मागून एक. बायको गेली झिजून. गेली एक दिवस. जाऊ दे. बायकांना काय तोटा? एक गेली. दुसरी मिळेल. आणि मिळाली की पण तीही होती परकरीच.

पण वामनरावांना कुठे होता थांबायला वेळ? आणि बाहेर काय तोटा होता?

पण त्यातूनच वामनरावांना लागलं कसलंतरी दुखणं.

वैद्य झाले. ज्योतिषी सुद्धा झाले. म्हणाले, एवढी ग्रहदशा प्रतिकूल आहे. दान द्या. मग ती पालटेल. पण कसलं काय, नि कसलं काय!

त्यातच मुलं झाली मोठी. त्यांना हे हवं, ते हवं. भांडणं सुरू झाली. वामनरावांजवळ होतं काय त्यांना द्यायला? मग मुलांनी टाकलं त्यांना एका खोपटात.

आता दुसरी बायको आली वयात. पण वामनराव? जाऊ दे. ते दिवस परचक्राचे. कुणी येई, घरे उद्ध्वस्त, बायकांना पळवून नेत.

वामनरावांची ती दुसरी तरुण बायको. नेली की तिलाही कुणीतरी एक दिवस उचलून.

जर्जर झालेले वामनराव. अंथरुणच धरले त्यांनी. पण बघणार कोण? करणार कोण? ना द्रव्य, ना कांता, ना मती ना शक्ती. “देवा, सोडव आता.” आता आठवला देव!

पण ऐकलं त्यानं. गेले एक दिवस चौघांच्या खांद्यारून. आला आला प्राणि जन्मासि आला; गेला गेला काय घेऊन गेला?

***

आणि आता हे प्रतापराव पहा. वामनरावांच्याच बरोबरचे. पण अगदी वेगळेच वाढविले त्यांना आईने.

ती रामभक्त, वडील सैन्यात.

लहानपणी त्यांनाही गेली की काही दुखणी येऊन. पण प्रतापच्या आईची एका रामावर श्रद्धा. ना जाखाई. ना जिवती, ना खंडोबा, ना नवस, ना नैवेद्य.

एकच ध्यास – श्रीराम.

असे वाढले प्रतापराव, वडील सैनिकच. त्यामुळे प्रतापरावही बलोपासकच. ना कुणाची भीती. कुठलं पिशाच्च? कुठला पिंपळ? हाती भाला, तलवार आली. आता कशाला कुणाला भ्यायचं? कुठलं परचक्र? कुठला शत्रू? येऊ देत समोर...!

वयोमानानुसार लग्न. संसार... सारं झालं. पण प्रतापराव तसे संयमी! कामालाही काबूत ठेवला होता. तसे पक्के लढवय्येच होते ना ते? फुकटच्या अहंला ठोकरून झाले मोठे.

कसलं कुळ? कसला वंश? का उगीच सांगता वडिलांची कीर्ती? स्वत: करा की काही पराक्रम. ते फुकटचं वैभव. तो उगीचचा मोठेपणा. प्रतापरावांनी कधीच लावलं त्यांना ठोकरून दूर!

हा माझा, हा तुझा, हा अमका, हा फलाणा – अशा साऱ्या भेदांनाही त्यांनी हाकलले घराबाहेर. धर्ममार्तंड सांगत, काळ केव्हा येईल ते नाही सांगता येत. तेव्हा हे करा, ते करा, असं करा, तसं करा. केलंत तर स्वर्ग मिळेल. नाहीतर नरकात जाल.

पण प्रतापराव कसले खमक्ये! त्यांनी त्या काळाच्या तंगड्याच मोडून टाकल्या.

असे पराक्रमी प्रतापराव. आता अशा पुरुषालाही कधीतरी गर्व होतोच ना?

पण प्रतापराव गनिमी काव्याने लढण्यातही कुशल होते. त्यांनी गर्वानेच गर्वाला मारले. एका पिशाच्चावर घातले दुसऱ्याला. दु:खाला दु:खी केले. शोकाला रडविले. द्वेष, मत्सर हे तर पक्के वस्ताद. कुठून येतील, केव्हा घरात घुसतील व बिळे करतील, ते कसं सांगणार? पण प्रतापरावांनी त्या दोघांनाच एकमेकांत झुंजवून संपवून टाकले.

सद्गुणांचा अभ्यास, अवगुणांचा त्याग अशा वागण्याने प्रतापराव नावाप्रमाणेच पराक्रमी झाले.

अवघ्यांनी त्यांना गौरविले.

पण प्रतापरावांना कुठे हवा होता तो मानसन्मान? तो मोठेपणा, ती कीर्ती – सारं काही बाजूला सारून ते आपलं काम मनापासून करीतच राहिले.

टिपा :

(१) दासबोध (३.२ ते ४ व ५.९) यातील विवेचनावर प्रस्तुत कथा आधारलेली आहे.

सर्वसामान्य माणूस देहालाच महत्त्व देऊन त्याचे लाड करण्यात व चोचले पुरविण्यातच धन्यता मानतो. त्यातूनच त्याचे दु:ख जन्माला येते. ते भोगता भोगता तो एक दिवस नष्ट होऊन जातो. अशा देहबुद्धीच्या कामासक्त, अहंग्रस्त जीवनरीतीच्या माणसाचे चित्र (दास. ३. २ ते ४) मध्ये येते. प्रस्तुत कथेतील 'वामनराव' या काल्पनिक माणसाचे चरित्र त्यावरूनच रेखाटलेले आहे.

या उलट देहाच्या पलीकडे असणाऱ्या चैतन्यतत्त्वाची जाण ठेवून त्याच्या शोधार्थ साधना करणाऱ्या साधकाचे चित्र (दास. ५.९) मध्ये येते. या साधकाला सतत अंतर्गत शत्रूंशी झगडावे लागते. त्याचा हा झगडा एखाद्या प्रतापी वीराच्या युद्धातील पराक्रमासारखाच असतो. प्रस्तुत कथेतील काल्पनिक

'प्रतापराव' हे त्यावरून रेखाटलेले.

ही दोन व्यक्तिचित्रे जवळजवळ ठेवली की रामदासांच्या विवेकबोधाचे सार स्वरूप होते.

(२) 'चतुर्थमान' नामक स्फुटप्रकरणातील' 'मान तृतीय' मध्ये रामदास सांगतात,

कामक्रोध कुटावा तो। लुटावा मदमत्सरू ।
तुटावा संशयो धोका। दंभ प्रपंच त्यागणें।।१।।
कुबुद्धि लाथलावी ते। सुबुद्धि धरणें बरी।
अपकीर्ती दुरी घालावी। सत्कीर्ती राखणें सदा।।२।।
अहंता पापिणी मोठी। थोरथोरांसि सिंतरी।
बुकालावी घुमालावी। लावावी भजनाकडे।।३।।
...वासना वास पाहे रे। राहे रे अंतरीं सदा।
वैराग्यें तोंड ठेचावें। चेंपावे मत वाउगें।।५।। (पांगा. ९९)

२५. कामाजीपंत आणि लाडाबाई

त्यांचे घर तसे चारचौघांच्या घरासारखेच होते. आता एकत्र कुटुंब म्हटले की घरात दहाबारा माणसे असायचीच. कामाजीपंत आणि लाडाबाई ही त्यातील प्रमुख, कर्ती, शिवाय आईवडील, भाऊ, भावजया, बहिणी, मुलेबाळे असा पसारा. एक बहीण मागे आलेली. काय करील बिचारी? सासरी कुणी विचारीना, त्यातच पदरी एक पोर. म्हणून आली होती माहेरच्या आश्रयाला.

कामाजीपंत असत नित्य व्यापारउदीमात बुडालेले. काय करणार? एवढा प्रपंच चालवायचा म्हणजे चार धंदे केलेच पाहिजेत ना? हां तरीही बायकोकडे दुर्लक्ष नसे हो त्यांचे. तिचे नावच होते लाडाबाई. मग लाडाकोडांना काय कमी?

लाडाबाईही तशा वस्तादच होत्या. नवऱ्याचे पाणी त्यांनी केव्हाच जोखले होते. त्यांना कसे मुठीत ठेवावे हे त्यांना पक्के ठाऊक होते. आणि कामाजीपंतांनाही तसे वेडच लावून ठेवले होते. दिवसा देखील लाडाबाई जातायेता हळूच हसून असा तिरपा कटाक्ष टाकीत की कामाजीपंतांना काही सुचत नसे. पण रात्रीची वाट पहायलाच हवी ना?

अशाच एका रात्रीची गोष्ट. कामाजीपंत आले रंगात. पण लाडाबाईंनी त्यांचा हात दूर ढकलला. तोंड फिरवून झोपल्या. पंतांनी किती आंजारले, गोंजारले. पण त्यांची फुणफुण थांबेना. पण किती ताणावे, हेही लाडाबाईंना ठाऊक होतेच. त्यांनी मग फेकले आपले जाळे.

‘‘जा. तुमचं हल्ली माझ्याकडे लक्षच नसतं. सारखे आपले कामधंद्यात बुडालेले.’’

‘‘लक्षात येतं आहे का काही तुमच्या? दिसतं आहे का तुम्हाला घरात काय चाललं आहे ते?’’

‘‘अहो, मिळवते तुम्ही एकटे. बाकी सारी चैन करतात तुमच्या जीवावर. बरं, करतात ती करतात आणि वर मलाच बोलतात! त्या तुमच्या मातोश्री, आता दिला

जन्म तुम्हाला. पण म्हणून काय तेच ऐकवायचं सारखं? सारखं आपलं मलाच टोचणार... म्हणतात कशा? तर किती खाते सारखी! केवढा वेळ बसते जेवत! नवरा कमावतो आहे. ही आपली चरते आहे म्हशीसारखी!''

''आता मला सांगा. मला पोटदुखी आहे. माहीत आहे ना तुम्हाला? वैद्यबुवांनी सांगितलं आहे, पोट रिकामं नका ठेवू. म्हणून साखर घालून दूधभात खाते. तर म्हणतात कशा, एवढी साखर कशी संपली?''

आणि तशीच ती तुमची बहिणाबाई! म्हणते कशी? तर, ''एवढे पायलीभर गहू दळले ते एवढ्यात कसे संपले? आता हिला कशाला हव्या आहेत नस्त्या उठाठेवी? हिला काय मिळवायला लागतं की शिजवायला लागतं?''

पंतांना तसं पटत चाललंच होतं बायकोचं म्हणणं. पण मध्येच काहीतरी बोलायचं म्हणून बोलले, ''अगं पण मी म्हणतो, एवढ्या गव्हासाखरेचं केलंस तरी काय?''

झालं. एवढ्यानेच उसळल्या लाडाबाई. ''जा मेलं! तुम्ही पण तसलेच. माझ्याकडं लक्ष आहे का तुमचं? पाहिलीत का कशी हाडं निघाली आहेत माझी? चालेल का अशी हडकुळी बायको तुम्हाला?''

''अहो, वैद्यबुवांनी मला त्याचसाठी रोज शिरा खायला सांगितलं आहे. आता दिवसातून दोन वेळा तरी शिरा करायचा म्हणजे पायलीभर गहू तरी पुरतील का? आता तेही मी काटकसरीनं वापरते म्हणून चाललं आहे.''

''तसेच तुमचे ते लाडके भाऊ. जातायेता कशाला हवं माझ्या खोलीत डोकवायला?''

''आता तुम्हाला ठाऊक आहे ना? भुकेनं कपाळशूळ उठतो माझा. म्हणून घालते चंदन उगाळून. अंगाची पण होते कधी कधी आग. म्हणून आणते थोडी फुलं व पसरते अंथरुणावर.पण मग या तुमच्या भाऊरायांना का याव्यात शिंका? सासूबाईंकडे जाऊन करतात लावालाव्या!''

पंतांच्या नाकातही आता चंदनाचा, फुलांचा गंध दरवळत चाललाच होता. बस् पुरला तेवढा. भला मोठा श्वास घेऊन ते म्हणाले, ''ठीक. ठीक. कळलं मला सारं. बरोबर आहे तुझं म्हणणं. पण जरा उद्यापर्यंत धीर धर.''

''उद्या सकाळीच करतो निवाडा. आपण आपले वेगळेच राहू. या साऱ्यांना राहू दे इथंच बोंबलत!''

मग तू आणि मी. हं आणि सांग. आणखी काय काय हवं तुला? ताईत हवा? दुल्लड हवी? की साखळ्या? वेणीतली फुलं पण करू की सोन्याची. शेलारी साडी आणू. काचोळी कसली हवी? केसांवर घालायला जाळी पण आणू... झालं समाधान?

आता ये पाहू अशी...

टिपा :

(१) प्रस्तुत कथा तुकारामांच्या अभंग क्र. ३६, ४२४४ व ४२४५ या अभंगांवर आधारित आहे. तुकोबांनी आपल्या आजूबाजूच्या समाजातील अनेक प्रसंगांची व व्यक्तींची मार्मिक चित्रे रेखाटली आहेत.
येथे तुकोबांना एका बाईलवेड्या नवऱ्याचे चित्र रेखावयाचे आहे. त्या दृष्टीने उपरोक्त अभंगांतील शेवटच्या ओळी पाहू-

- तुका म्हणे जिता गाढव केला। मेलियावरी नरका गेला।। (३६)
- तुका म्हणे जाला कामाचा अंकित। सांगे मनोगत तैसा वर्ते।। (४२४४)
- तुका म्हणे केला रांडेने गाढव। मनासवें धांव घेतलीसे।।(४२४५)

(२) तुकोबांचा रोख आहे तो केवळ कामासक्त पुरुषाच्या अविवेकी वर्तणुकीकडे. म्हणूनच सत्यासत्याचा विचार न करता बायकोच्या मनाप्रमाणे वागणाऱ्या नवऱ्याची ते 'गाढव' म्हणून व तिची चक्क 'रांड' म्हणून संभावना करतात.

- खरं म्हणजे येथील बायकोने केलेल्या सर्व तक्रारी लबाडीच्या आहेत. तुकोबा म्हणतात,

  "सुखें वोळंब दावी गोहा। माझें दुःख नेणा पहा।।" (३६.१)

  (वोळंब = सोंगढोंग. गोहा = नवऱ्याला. सुखें = सुखी असूनही)

(३) एकनाथांच्या अभंगातही बाईलवेड्या नवऱ्यांची चित्रे आहेत. (सकल २.३०१३ ते ३०२९) तेथेही ते अशा नवऱ्यांची 'गाढव', 'श्वान' अशीच संभावना करतात.
तुकोबांच्या उपरोक्त अभंगातील बाईल 'वेगळे निघा' असे नवऱ्याला सांगते. या 'वेगळे निघण्यावरून' एकनाथांच्या 'संसार' नामक भारूडाची आठवण होणे शक्य आहे. (सकल २ एकनाथ ३९७६) परंतु तेथे वेगळ्या गोष्टीकडे रोख आहे. ते एक आध्यात्मिक रूपक आहे. येथील बायको म्हणजे 'सुबुद्धी'; नवरा म्हणजे 'जीव'. हा जीव प्रपंच हाच सत्य मानून त्यात गुंततो. म्हणून ही बायको (सुबुद्धी) त्याला म्हणते,

"सांगते तुम्हां वेगळे निघा। वेगळे निघून संसार बघा।।"

येथे 'वेगळे निघणे' हे अध्यात्मवाटेवरचे प्रस्थान आहे.

२६. गेले गुरुत्व गुख्राडी!

अगदी तैलबुद्धी नसला, तरी देवदत्त तसा सामान्यबुद्धी होताच. तो ऐके, तो पाही. तो विचारी. कुणी सांगेल योग्य ते आचरीही. त्याने एकदा ऐकले, समाधीमध्ये सुखाचा परमोच्च बिंदू गाठता येतो.

ठीक. पण कोण नेणार त्या बिंदूजवळ?

शोधता शोधता त्याला भेटले एक गुरू. दिसायला तसे उग्रच होते. फकिरी वेष होता. 'दोम दोम' करीत भिक्षा मागत होते. देई कुणी अन्न; कुणी पक्वान्न.

देवदत्ताला त्यांना पाहून काय वाटले, कुणास ठाऊक? पण गेला त्यांच्यामागे...

त्याची इच्छा ऐकून ते म्हणाले, "बेटा, कळली मला तुझी इच्छा. ये संध्याकाळी माझ्या मठीत."

देवदत्त गेला आपला तिकडे... ती मठी म्हणजे एक गूढच होते. कुठून शिरायचे? कुठे जायचे? विचित्र वास भरून राहिले होते. थबकलाच थोडा वेळा देवदत्त.

हळूहळू अंधार पसरत चालला होता. पण मठीत प्रकाश होता - समयांचा. पण मग एकाएकी अंधार का केला?

"ये. बेटा, ये. घाबरू नकोस. अरे, असा अंधार केल्याशिवाय तुला समाधीची ज्योत दिसणार कशी?...

ठीक. आता ये बैस असा माझ्यासमोर. बंद कर डोळे."

देवदत्त थोडा बावरूनच गेला होता. पण करीत होता सांगितलं ते- एखाद्या यंत्राप्रमाणे. त्याने डोळे बंद करताच त्या गुरूंनी त्याच्या दोन्ही डोळ्यांवर आपले अंगठे घट्ट दाबून धरले.

रग लागली. पण केली कशीतरी सहन.

त्याच्या डोळ्यापुढे प्रथम अंधारच दाटला. पण मग हळूहळू काहीतरी लाललाल चमकू लागले.

"काय दिसतं आहे, बेटा?"

"अंधार. मग काहीतरी लाललाल झगमगताना दिसलं."

"शाबास बेटा! जमली तुला समाधी. अरे अशी झगमग सगळ्यांनाच नाही दिसत. तुझं नशीब थोर. तुझी श्रद्धाही चांगली. म्हणूनच एका बैठकीतच तुला लाल ज्योतीचं दर्शन झालं. मिळाला तुला समाधीचा आनंद!

वा:! बेटा. वा:! धन्य शिष्य मिळाला मला!"

बराच वेळ जोरात दाबून धरल्यामुळे देवदत्ताचे डोळे दुखत होते. त्याला वाटले हा समाधीचाच परिणाम असावा.

तोवर त्या गुरूंची साधनेची वेळ झाली होती. एकेकजण येत होते. शिष्य? का शिष्यिणी? अंधारात धड कळत नव्हते.

मग कुणी रांगोळ्यांचे चौक काढले. कुणी त्यावर गहू-जोंधळे पसरले. कसल्यातरी रेखाकृती काढलेले कापडही अंथरले गेले.

मग त्या रेखाकृतीची पूजा सुरू झाली.

शिष्यांनी भोवती कोंडाळे केले होते. त्यांची मुद्रासाधना पाहून देवदत्त भीतीने शहारलाच.

गुरू आवाहन करीत होते. "ये. भैरवा ये. ये. भैरवी ये." म्हणजे मघाशी अंधुक उजेडात वाटले होते, ते खरेच होते की. शिष्यांप्रमाणेच शिष्यिणीही होत्या.

आता थोडा समईचा उजेड वाढला. कापडावरील आकृती नीट दिसू लागली. ते श्रीचक्र होते - नऊ वर्तुळांचे. प्रत्येक केंद्रस्थानी स्त्री योनीचे चित्र.

त्या चक्रांची पूजा सुरू होती.

कोण या भैरवी? ही भटीण. ही परटीण. ही न्हावीण. ही कोष्टीण. ही गवळण. ही मांगीण.

आणि भैरव? सर्वप्रकारचेच तेही. त्यांतील ब्राह्मणांनी आता आपली जानवी काढून बाजूला ठेवली होती.

यथाविधी पूजा झाली. तीर्थ म्हणून मद्य? आणि प्रसाद कसला? मासे? मांस? देवदत्ताला त्या आंबुस, करपट वासांनीच ढवळू लागले.

पण सारे भैरव-भैरवी आनंदाने तीर्थप्रसाद घेत होते. देवदत्त आता पुरा वैतागला होता. पण बसल्या जागी त्याला जणू कुणी खिळवूनच टाकले असावे. उठताही येईना. गुरू म्हणाले, "बेटा, ही आराधना आहे शक्तिदेवतेची. तुला मघाशी केवळ

झगमगाट दिसला होता ना? ही साधना अंगीकार. म्हणजे ती शक्तिदेवता प्रसन्न होईल. तुझ्या देहात तिचा संचार होईल. मग तुला चिरकाळ समाधीचा आनंद मिळेल.''

मग सुरू झाला विधीचा शेवटचा अंक. सगळ्या भैरव्यांनी चोळ्या काढल्या व चक्रावर टाकल्या. मग एकेक भैरवाने एकेक चोळी उचलली. ती जिची ती त्या भैरवाची देवी झाली. मग त्या भैरवाने तिच्या योनीची पूजा केली. मद्य प्राशन केले. आणि मग सुरू झाली मुक्त क्रीडा.

देवदत्त चुळबुळत उठला.

गुरूंचे लक्ष होतेच. ते म्हणाले, ''बेटा, या मैथुनामुळेच शक्तीचे संक्रमण होते. ते झाले की समाधीचा परमोच्च बिंदू गाठता येतो. ये तूही ये. मिळव हा आनंद.''

पण यावेळपर्यंत देवदत्ताने तेथून धूम ठोकली होती. त्या गूढ गुहेतून तो कसाबसा बाहेर पडला. त्याचे मस्तक गरगरत होते. डोळ्यापुढे अंधार व मध्येच चमकत होते काजवे. हातपाय लटपटत होते. थंड वेळ असूनही शरीर घामेजले होते.

तेवढ्यात तेथे आपले विठ्ठलराव आले. त्यांचे देवदत्ताकडे लक्ष गेले. तो कुठून बाहेर आला आहे, हे त्यांना कळले. सारा प्रकार समजून चुकला.

''देवदत्ता, अरे कशासाठी लागलास त्या डुकरांच्या नादी? अरे, अशा इंद्रियवासनांच्या चिखलात लोळून का मिळतो समाधीचा आनंद?

अरे, कसले हे गुरू? हे तर हगीणदारीचे रहिवासी. ते स्वत: नरकात जातात व शिष्यांनाही नेतात.

बाबा रे, विषयवासनांमागे धावणे हा इंद्रियांचा स्वभावच आहे. परंतु त्यांना आवरावे लागते. अशी मुरड त्यांना घालावी तेव्हाच होते हळूहळू बुद्धी स्थिर. अभ्यास हवा त्यासाठी. मग लाभते ती स्थिरता. ती मधून मिळतो खऱ्या समाधीचा आनंद. त्यासाठी इंद्रियांना भगवंताकडे वळव. तोच प्रकटेल तुझ्या हृदयी. मग साधेल सर्व काही.''

टिपा :

(१) प्रस्तुत कथा तुकारामांच्या अभंग क्र. ७९० ते ७९६ मधील शाक्तांच्या हीन उपासनाविधींच्या निषेधावर आधारित आहे. सर्वच संतांनी शाक्तांच्या या इंद्रियनिष्ठ आचारांचा निषेध केला आहे. (उदा. ज्ञानदेवी - १५.१६२ ते १६६, १६.३८५ व ३९६ ते ३९८ आणि १७.९५-९६) (ए.भा. १०.५७८ ते ५९०)

भारतीय अध्यात्ममार्गामध्ये गुरुसंस्थेला महत्त्व आहे. परंतु अनेक पोटार्थी गुरूंनी

आपल्या स्वार्थी व शिस्नोदरपरायण आचारांनी या संस्थेला बदनाम केले आहे. एकनाथ तुकारामांच्या काळीच काय नंतरही अगदी आजपर्यंत असले गुरू व त्यांच्या नादी लागणारे शिष्य सतत दिसतात. म्हणूनच तुकोबांनी 'गेले गुरूत्व गुखाडी' अशा तीव्र शब्दांत त्यांना धिक्कारले आहे.

तुकोबांच्या उक्त अभंगांमध्ये त्यांनी शाक्तांच्या अधार्मिक दीक्षाविधीचे वर्णन करताना, डोळे दाबून रग लावणे, उजेड कोंडून रात्री विधी करणे, आसन, मुद्रा, रांगोळ्यांचे चौक, त्यांवर धान्य पसरणे, यंत्रपूजा, इंद्रियांचा गोंधळ, मद्यमांसभक्षण, मांगिणीची पूजा इत्यादींचा उल्लेख केला आहे. 'दोम दोम' हा फकिरांचा भिक्षा मागतेवेळचा शब्द.

'उदो उदो' सारखाच. तुकोबांनी 'गदा मागणे' असाही शब्द योजला आहे. त्याचा अर्थ - ओल्या अन्नाची भिक्षा मागणे.

- प्रस्तुत कथेतील देवदत्त व विठ्ठलराव ही उघडच कथानिवेदनार्थ कल्पिलेली पात्रे.

(२) शाक्त पंथ, त्याची मूळ प्रेरणा, प्रारंभीचे शुद्ध स्वरूप, नंतरच्या विकृती, पंच मकार, मुद्रासाधना त्या पंथात अडकलेल्या शिवाजी महाराजांसारख्या व्यक्ती
    - इत्यादी तपशिलासाठी पहा-
- जोशी ग. ना. (खंड ३)
- ढेरे - देव्हारा - प्रकरण २
- गाडगीळ - वैदिक यज्ञ - प्रकरण ३
- मोरे - तुकारामदर्शन - १२३ ते १२७
- काणे - (उत्तरार्ध) - प्रकरण २६

(३) काही अन्य उल्लेख
- राजशेखराच्या (इ.स. १० वे शतक) 'कर्पूरमंजिरी' नामक 'सट्टका'मध्ये भैरवानंद नामक एक कौलधर्मी (शाक्त) योगी आहे. आपल्या सिद्धीचा महिमा गाताना तो म्हणतो, ''एखादी मस्तवाल रांड हीच आमची धर्मपत्नी, मांस खायचं आणि मद्य प्राशन करायचं. खायला अन्न भिक्षेचं. निजायला चामड्याचा तुकडा. शिवानं आम्हाला सांगितलं आहे, संभोगक्रीडा व मद्य यांच्या संगतीनेच मोक्ष मिळतो.

(कर्पूरमंजिरी - जवनिका - १ श्लोक २२ ते २४)

('सट्टक' = अंक, प्रवेशक, विष्कंभक इत्यादींशिवाय केवळ जवनिकांतर असलेली प्राकृत भाषेतील नाटिका.)

- क्षेमेंद्र (इ.स. ११ वे शतक) 'दशावतार चरित्र' मध्ये 'चक्रपूजा' या विधीचे

वर्णन येते ते असे - धोबी, विणकर, चर्मकार, कापालिक इत्यादींनी चक्रस्थित अशा एकाच पात्रात मद्यपान केल्यामुळे व कोणताही भेदभाव न बाळगता केलेल्या संभोगक्रीडेमुळे मोक्ष प्राप्त होतो.'' (उद्धृत-गाडगीळ-उपरोक्त- १७२)

- कल्हण (इ.स. १२ वे शतक) 'राजतरंगिणी'
  या ग्रंथात हे वाममार्गी गुरू राजे लोकांना कसे भ्रष्ट करीत ते 'कलश' नावाच्या राजाच्या उदाहरणाने स्पष्ट केले आहे. या कलशाने प्रमदकंठ नामक गुरू केला होता. त्याने या कलशाकडून अनेक दुष्कर्मे करविली. त्यामुळे त्याचा ग्राम्याग्राम्यविवेक पूर्ण सुटला. स्वत: प्रमदकंठही भ्रष्टच होता. तो नि:शंकपणे स्वत:च्या मुलीशीही संभोग करी.
  (राज° तरंग ७. श्लोक २७७-२७८)
- महानुभाव ग्रंथातील उल्लेख
- स्मृतिस्थळ (इ.स. १४ वे शतक) नागदेवांकडे एक शिष्य द्रव्य घेऊन गुरूपदेशार्थ द्रव्य घेऊन आला. तेव्हा ते लाथाडून नागदेव म्हणाले, ''मी काइ येकाधा चोळीका महात्मा?'' (स्मृतिस्थळ - ९९)
  (चोळीका महात्मा = शाक्तपंथीय)
- धाकुटे सोंगोबास यांच्या 'अन्वयस्थळा'त (इ.स. १५ वे शतक)
  'चोळीका पंथ' अनुसरणाऱ्यांचे वर्णन पुढीलप्रमाणे येते.
  'मद्यमांसपरस्त्री व्यभिचार घटपूजन :ऐसे सर्व मुक्त असे.' (आवलगावकर - ४२)
- लोकहितवादींची शतपत्रे - पत्र क्र. ६ (१८४८)
  यामध्ये शाक्तांच्या दीक्षाविधीचे सविस्तर वर्णन आले आहे. त्यामध्ये 'अमावस्येची अंधारी रात्र, आठ पुरुष व विविध जातीच्या आठ स्त्रिया (भैरवी), नग्नपूजा व व्यभिचार यांचा उल्लेख येतो.
- सुधारक (खंडकाव्य), माधव ज्यूलियन (१९२८), संदर्भप्राप्त द्वितीयावृत्ती (१९४४)
  यामध्ये डॉ. ओंकार नामक भोंदू गुरूचे चित्र रेखाटले आहे.
  हा गुरू आपल्याभोवती शिष्य-शिष्यिणींला कळप गोळा करून त्यांना योगासने शिकवितो. त्यातच जेव्हा तो 'वज्रोली'ची साधना सांगू लागतो, तेव्हा त्याचे पितळ उघडे पडते. (सुधारक - अ. १०)
  येथेच माधवरावांनी 'वज्रोली' या संभोगक्रियेचे वर्णन एका पदटीपेत केले आहे.
- असे हे कालानुक्रमे लक्षात घेतलेले काही तपशील पाहिले की 'गेले गुरुत्व गुखाडी' हे तुकोबांचे कडक उद्‌गारही सौम्य वाटू लागतात.

२७. आवा चालली पंढरपुरा

'काशीस जावें, नित्य वदावे' हे काय भागाबाईंना माहीत का नव्हते? पण कसे जावे? अहो, जवळचे असूनही अजून पंढरपुरी नव्हते जाणे झाले. मग कुठली काशी, कुठला रामेश्वर?

आता 'का' म्हणून काय विचारता? वेळ नको का मिळायला? थोडी का कामं असतात?

'कुठली', काय विचारता?

शेती, गुरेढोरे यांची थोडी का उस्तवार असते? आणि घरातही थोडा का पसारा असतो? निवडणे, पाखडणे, दुधं तापवायची, दही-ताक-लोणी. पुन्हा ती गाडगीमडकी नीट गरम पाण्यानं धुवावी लागतात. उन्हात तापवावी लागतात. पावसाळी चुलीमागे ठेवून शेकवावी लागतात.

हो. पावसाळ्यावरून आठवण झाली. तो पाऊस एकदा सुरू झाला की बदाबदा पडत राहतो. मग चूल कशी पेटणार? म्हणून त्यासाठी उन्हाळ्यातच बेगमी करून ठेवावी लागते. गोवऱ्या थापून, वाळवून त्यांचा कलवड रचून ठेवावा लागतो.

आणि तुमचे हे सणवार, ते नेमके पावसाळीच येतात ना? मग गोडधोड करायचे म्हणून वळवटे आत्ताच वाळवून गाडग्यात नीट दादरा बांधून नकोत का ठेवायला?

काय विचारता? भागाबाईंच्या हाताशी नाही कुणी? आहेत तर. मुलगा आहे, सून आहे.

पण अहो, ती काय कामाची? नाही, म्हणजे कामं करतात हो. पण नीट, वेळेवर नको का सारं काही करायला? जरा काळजी घेऊन काटकसरीनं नको का राहायला? उगीच गडबड, सांडलवंड, हे दे, ते दे - असं करून कसं चालेल?

आता भागाबाईंचंच बघा ना. किती निगुतीनं केला संसार! उगीच नको तिथं दाम खर्चिला नाही. डाळजोंधळे दळले तर कळणा टाकला नाही. गणंग निघाले तर

मुसळानं कांडून घेतले व रांधले. कधी सांडलवंड नाही. उरलंसुरलं टाकलं नाही.

आता घर म्हटलं की कुणी भटबामण, पै पाहुणा येणारच. पण त्यांच्यासाठी सुद्धा भागाबाईंनी फाजील खर्च केला नाही. कुणी काही दारी विकण्यास आलाच तरी नको ते घेतलं नाही आणि घेतलं काहीतरी घासाघीस करूनच. अशा किती सांगाव्या त्यांच्या प्रपंचाच्या गोष्टी!

पण शेवटी एक दिवस भागाबाई निघाल्याच पंढरपुरी जायला. त्याचं असं झालं, शेजारचीच सोबत होती, तेव्हा लेक म्हणाला, ''आई अगं ये की जाऊन. भेट की विठ्ठलाला. अगं एवढी सगळी दरवर्षी जातात. विठ्ठलाच्या चरणी डोई टेकतात. प्रपंचाचा भार त्याच्याकडे सोपवून समाधानाने घरी परततात. तू पण बघ की एकदा जाऊन. एवढे दिवस राबलीस. जरा तुलाही बदल होईल.''

सूनबाईंनीही धरला आग्रह. ''सासूबाई, इकडची नका करू काळजी. आम्ही सांभाळू सारं.''

तेव्हा मग भागाबाई झाल्या कशाबशा तयार. आवरलं इकडचं तिकडचं. दोन धडोती घेतली व बांधलं बोचकं आणि निघाल्या एकदाच्या.

पण हे काय? वेशीपर्यंत जाऊन परतशा फिरल्या? काय सांगताहेत सूनबाईला?

ऐकलं का सूनबाई, दह्यादुधाकडे नीट बघ हं. गाडगीमडकी वेळच्यावेळी धुवून तापवीत जा.

''आणि हे बघ. कुडामागे कलवड रचून ठेवला आहे गोवऱ्यांचा. तो पाडू-मोडू नको. आत्ताच संपविलेस जळवण तर पावसाळी काय करायचं?''

भागाबाई गेल्या थोड्या पुढे. पण पुन्हा कसलीशी आठवण झाली वाटतं? आल्या की मागे. काय म्हणताहेत आता?

''होय. आणि हे बघ. वळवटं नीट दादरा बांधून ठेवली आहेत. उगीच केव्हातरी आत्ताच नको सोडू. मी आल्यावर बघेन. आणि ते उखळ नीट झाडून ठेवीत जा. मुसळही साफ करून ठेवावं. जातंही साफ करून ठेवावं. म्हणजे मग घाईच्या वेळी गडबड नाही होतं.''

आता अशा या सारख्या सूचना. ती बिचारी सूनबाई काय बोलणार यावर? म्हणून गप्प होती. पण भागाबाईंना कुठला धीर? म्हणाल्या, ''काय ग, ऐकतेस ना? मग हुंकार द्यायला काय होतं?''

''आणि हो. एक राहिलंच. चतुर्थी-एकादशीला तो भट येईल. त्याला उगीच काही देऊ नकोस. लुब्रा आहे मेला! उगीच बसेल काहीतरी चौकशा करीत. त्याला किती दिलं तरी नाही पुरत. सरळ वाटेला लाव त्याला. म्हणावं, सासूबाई गेल्या आहेत पंढरपूरला. त्या परतल्या की मग ये.''

आता मात्र सूनबाई वैतागल्या. पण बाहेर कसं दाखवणार? समजुतीचा स्वर काढून म्हणाल्या, ‘‘अहो, सासूबाई, पंढरपुरी ना निघाला आहात. मग ठेवा की हा प्रपंच थोडा वेळ बाजूला. करा जरा देवाची जोड. कशाला गुंतवता जीव या संसारात?’’

झालं. भागाबाईंना एवढं बोलणं पुरलं. त्यांच्या मनी शंका आलीच. ‘‘म्हणजे? या टवळीला मी नकोच आहे का काय इथं? तिकडेच उलथावी म्हातारी, असं वाटतंय की काय? थांब म्हणावं मेल्ये? नाहीच जात आता. बघत्येच तुला.’’

असं मनी म्हणून परतल्या की भागाबाई! आपटलं बोचकं आणि बसल्या मटकन्. वर म्हणतात मात्र कशा? तर ‘‘अगं, कशाला जाऊ मी पंढरपुरी? इथंच तर आहे सारं माझं. लेक आहे, तू आहेस, नातवंडं आहेत. हे माझं घर आहे. हा माझा संसार आहे. माझ्यावाचून कसा चालणार तो? जाऊ दे. नाहीच जात मी आता पंढरपुरला. हेच माझं पंढरपूर...’’

टिपा :

(१) प्रस्तुत कथा तुकारामांच्या ‘परिसें गे सूनबाई...’ या अभंगावर आधारित आहे. (४२१९)

या अभंगात तुकोबा प्रौढपणीही न सुटणाऱ्या प्रपंचमायेचे चित्र रेखाटतात. तुकोबांनी या स्त्रीला ‘आवा’ म्हटले आहे. कथेसाठी तिला भागाबाई हे नाव दिले आहे.

आवा (> कन्नड अव्वा) = सरलार्थ स्त्री. (विशेषार्थ - ठेवलेली बाई) येथे तुकोबा केवळ एक कुणी स्त्री, बाई एवढ्याच अर्थाने हा शब्द योजतात. मात्र अन्यत्र थोड्या अवहेलनात्मक अर्थानेही ते हा शब्द योजतात. (३०८०)

कलवड/कडवल = १. शेणामातीने लिंपलेली कुडाची झोपडी, २. गोवऱ्यांचा ढीग.

येथे दुसऱ्या अर्थाने हा शब्द योजला आहे.

वळवट = गवले/गहुले, बोटवे. (वळिवटाची खीरि - लीळाचरित्र पू. ३२९)

(२) येथे जसे प्रपंचमायेने गुंतलेल्या स्त्रीचे तसेच अन्य एका अभंगात तुकोबांनी वाराणसीला निघालेल्या एका ‘नष्ट’ पुरुषाचे चित्र रेखाटले आहे. (५१८)

प्रपंच करूच नये, असे कुठलाच संत सांगत नाही. तुकोबांचाच

‘‘जोडोनियां धन उत्तम वेव्हारें।
उदास विचारें वेंच करी।।’’ (२८६४) हा अभंग प्रसिद्धच आहे.

रामदासही प्रपंच सोडून परमार्थ करणाऱ्याला, 'अविवेकी' म्हणतात. (दासबोध १२.१.९)

- तुकोबांना इतकेच सुचवायचे आहे की, प्रपंच करावा पण त्याच्या मायाजाळात गुंतू नये.

कथेसाठी घेतलेल्या प्रस्तुत अभंगाचाही शेवट असा आहे.

"तुका म्हणे ऐसें जना गोवियेलें मायेंकरून।" (४२१९)

- हे प्रपंचाचे मायाजाळ तोडणे किती अवघड आहे हे एका वेगळ्या संदर्भात सांगताना ते म्हणतात,

भाव हा कठीण वज्र हें भेदवे।
परि न छेदवे मायाजाळ।। (तुकाराम १०१०)

मायाजाळ तोडणे कठीण का? कारण त्याच्या बुडाशी 'भाव' म्हणजे 'अहंकार' आहे. तो बाजूला सारला की मग मात्र काही कठीण नसते.

२८. गोष्ट एका धनगराची

नवविधाभक्तीतील श्रवण या पहिल्या प्रकाराचे विवेचन गुरू करीत होते. ते शिष्यांना म्हणाले, बाळांनो, श्रवणाचे महत्त्व जाणून घ्या. श्रवण सावधान हवे. म्हणजे ऐकताना अन्य काही मनात नसावे. मन निर्मळ हवे. तरच जे कानी आले ते तेथे बिंबेल.

भगवंताच्या कथा ऐकताना तर अवघा प्रपंचविचार मनाच्या बाहेर ठेवावा लागतो.

होय. मला ठाऊक आहे. माणूस प्रपंचाचा असतो. मातापितरे, जायाकांता, पुत्रकन्या, सोयरेधायरे अशी अनेक नाती असतात. प्रपंच चालावा म्हणून शेतेखेते, गुरेढोरे, गायी-म्हशी हव्यातच. कुणाकडे शेळ्यामेंढ्याही असतात.

धन हवे. म्हणून व्यापार उदीम, नोकरी चाकरी हे सर्व आलेच. तेव्हा प्रपंच म्हणजे हा असा पसारा असतो. त्यात मन नेहमी गुंतलेले असते.

मन हे सहावे इंद्रिय. इंद्रिये जे ऐकती, पाहती, अनुभवती ते ते तेथे रूजे. मग ते तेथे फोफावे. पारंब्यांना पारंब्या फुटती. म्हणून मनाला आवरावे लागते.

श्रवण करीत असताना इंद्रिये चोरून ठेवावी लागतात. ती पक्की ओढाळ गुरे; सपील वासरे, त्यांना बांधून ठेवावी लागतात. न ठेवली तर मनी शिमगा करतात. म्हणून नेहमी फाल्गुनाची मधुमासी संक्रांती करावी. असे न केले तर काय होते...?

सांगता सांगता गुरू मध्येच थांबले. मग गमतीने म्हणाले, "असे न केले तर पुराणिकाची दाढी बोकडास फुटते?

शिष्य हसले. पण "गुरुजी असे कसे होईल?"

"तेच सांगतो. ऐका त्याचीच गोष्ट..."

एक गाव होतं. तेथे एक देऊळ होतं. देवळात नेहमी भजनकीर्तन चाले. देवाचा उत्सव येई. दीप उजळे. पालखी निघे. असा सारा भक्तीचा गल्बला चाले.

चातुर्मासी कुणी पुराणिक येई. त्याचीही यथायोग्य संभावना होई. पुराणाच्या निमित्ताने व्यासवाल्मीकी, शुकनारद, नैमिषारण्यातील ऋषी सारे येत असत. पुराणिक चांगला बोलणारा असला की कथांना कथा फुटत. कधी वेदान्त उपस्थिती लावी.

पुराणिक चांगला व्युत्पन्न पंडित असला की घटपट, यमनियम हे आलेच. न्याय- मीमांसा काखोटी मारून तो मायेचा पसारा मांडी. पुन्हा तो आवरून ब्रह्म दाखवी. असं काहीबाही चाले.

श्रोते रंगून जाऊन ऐकत. अगदी डोळे मिटून ऐकत. (कुणी म्हणती, ते निद्रा भोगती) ऐकताना कुणाचे डोळे पाझरत. त्यांचे अष्टसात्त्विकभाव जागे होत. (कुणी म्हणती, त्यांसी अक्षशूळ असे.) कृष्णचरित्र ऐकताना कुणाच्या अंगावर रोमांचांचे रान फुटे. (कुणी म्हणती त्यांसी आठवे त्यांची राधा) असे सारे चाले.

आता पुराणिक सांगत राही. लोक ऐकत राहती. पण मन कुठे असे? ते तर वारा प्यालेले वासरू. कुठेही उधळे.

अशाच एका चातुर्मासी एक चांगले भले पंडित पुराणिक आले. वयोवृद्ध, ज्ञानवृद्ध, जटाधारी, लंबकूर्च असे होते. जणू दुसरे ऋषीच.

वृद्ध होते तरी त्यांची वाणी नवयुवतीसम वेधवंती होती. ते बोलत तेव्हा देहही बोले. "हे ब्रह्म. ही माया. हा अवघा तिचाच पसारा.''... असे काहीबाही सांगताना हस्त-मुकुली वा हस्तप्रसरी ब्रह्ममाया दाखवीती.

हनुवटी तर सारखीच हले. त्यामुळे दाढी डुले. श्रोतृमनी चांदणे फुले.

एक दिवस काय झालं, एक धनगर पुराणाला आला. घोंगडे पसरून चांगला ऐसपैस बसला. पुराणिकांकडे पाहून भले वाटले. त्यांची डुलती दाढी पाहून त्याच्या डोळ्यांत पाणी आले. नाक चोंदले.

त्याचे सूं... सूं ऐकून श्रोत्यांना वाटले, "भक्तिरसी रंगला.''

पुराणिक पाच बोटांनी पंचमहाभूते दाखवीत होते. मूठ करून अहंगंड सुचवीत होते.

धनगर म्हणे, "होय होय. बरोबर बरोबर.'' त्याचे डोळे अधिकच डबडबले.

पुराणिक म्हणाले, "अहो याचे वर्णन करताना वेदही मुके झाले.'' सांगताना त्यांनी ओठांवर बोट ठेवले.

धनगरही मूक झाला.

दोन बोटे दाखवून पुराणिकबुवा प्रकृतिपुरुष दाखवीत होते. चार बोटांनी पिंडीब्रह्मांडीचे देहचतुष्टय सुचवीत होते.

धनगराला याही खुणा पटल्या. 'होय, होय.' अशी त्याची दाद ऐकून श्रोत्यांनाही नवल वाटले.

असा रंगलेला श्रोता पाहून पुराणिकही आनंदले. म्हणाले, ''असा ऐकणारा हवा. मग सांगणाऱ्याला बळ चढते.

वक्तृत्वाला अवधानाचा चारा हवा. मग कसा संवादाचा सुवाव सुटतो. आज मी धन्य झालो.''

पुराण संपले. डाळ तांदूळ, अडकापूगांसह नमस्कार झाले. बुवांना राहवेना. धनगराला म्हणाले, ''अरे अविपाला, कुठे पढलास तू वेदान्त? कोण तुझे गुरू? तुझे ग्रहण चांगले तीव्र आहे. तुला माझे बोलणे कळले. माझे पुराण सार्थकी लागले.''

धनगर काय म्हणाला, माहीत आहे? ऐका.

''महाराज, कुठला वेदान्त? कसला गुरू?''

मी आपला साधासीधा. शेळ्यांमागून चालणारा, पण तुमची दाढी पाहिली व मला माझा बोकड आठवला. अवघ्या खांडामध्ये तो एकच बियाण्याचा होता. तोच गेला. त्याची तुम्ही आठवण करून दिलीत.

माझ्या दुःखाला नवी लोकर फुटली.

तुम्ही ओठावर बोट ठेवून म्हणालात, 'चूप'. ते मात्र पटले हो मला. खरे आहे तुमचे म्हणणे, गेल्याविषयी आता कशाला बोलायचे? तुमची दोन बोटे मला त्याची दोन शिंगे दाखवून गेली. चार बोटांमुळे त्याचे चार खूर आठवले...

अहो बुवा, दुःखाचा विसर पडावा म्हणून पुराणाला आलो होतो. तर तुम्ही मला माझ्याच गेल्या बोकडाची आठवण करून दिलीत. त्यामुळे माझ्या दुःखालाच शेरडे झाली की हो.''

गोष्ट पुरी करून गुरू म्हणाले, ''ऐकलेत ना बाळांनो? कळले ना आता बोकडाची दाढी पुराणिकाला कशी फुटते ते?

म्हणून एकच ध्यानी ठेवा, परमार्थश्रवणी प्रपंचा बिढार देऊ नये.

टिपा :

(१) प्रस्तुत कथा तुकोबांच्या अभंग क्र. ११६ वर आधारित आहे.

पुराणिकाचे सांगणे व श्रोत्यांच्या मनी त्याचा निपजणारा अर्थ यातील भेद तुकोबा येथे एका कथेद्वारे सांगतात. श्रोतृमन जर स्वतःच्या प्रपंचविचारात व्यग्र असेल तर वक्त्याने कितीही पेरले तरी श्रोत्याच्या मनी ते कसे रुजणार?

– प्रस्तुत अभंगाचा शेवट तुकोबा पुढीलप्रमाणे करतात.

''तुका म्हणे कुडें। कळों येतें तें रोकडें।।''

विष्णुबुवा जोगांचा सरलार्थ असा – ''मनातली खोटी गोष्ट लपून न राहता लोकांना स्पष्ट कळतेच.''

तुकोबांना नेमके काय सुचवायचे आहे? ह.भ.प. शंकर महाराज खंदारकर म्हणतात, ''श्रोत्यांनी अंतरी संसाराचा भाव ठेवून श्रवण करू नये.'' (खंदारकर संपादित गाथाभाष्य – क्र. ९१)

- कथेचे निवेदन या भाष्याला अनुसरून केले आहे.
- मात्र तुकोबांच्या अभंगाची उपरोक्त शेवटची ओळ लक्षात घेऊन, मनात एक व बाहेर भलतेच दाखविणाऱ्या कपटी लोकांच्या कुड्या वागण्यावर तुकोबांना टीका करावयाची आहे. असाही अर्थ करता येईलच. तुकोबांनी अशी अनेक रंगांची माणसे चित्रित केली आहेत.

येथे तुकोबांचा भागवतानुसारी भक्तिविचार प्रमुख मानून तदनुसारी श्रवणभक्तीवर भर देणे अधिक उचित वाटते.

(२) पुराणिक ज्या खुणा करीत होते. त्यामागे तत्त्वज्ञानाचे कोणते संकेत होते? जोगमहाराजांनी दोन बोटे म्हणजे प्रकृति–पुरुष, असे स्पष्टीकरण दिले आहे. कथेत ते स्वीकारले आहे. जोगमहाराजांच्या मते चार बोटे म्हणजे 'ईशाचे चार देह' (जोग संपादित गाथा क्र. ९१)

जोगांचे हे विवेचन कथेत जसेच्या तसे स्वीकारलेले नाही. त्याऐवजी कथेत 'पिंडब्रह्मांडीचे देहचतुष्टय' असे स्पष्टीकरण केले आहे. जोगांना ईशाचे चार देह म्हणताना जे अभिप्रेत असेल ते या स्पष्टीकरणामध्ये येतेच. पिंड (= जीव) त्याचे चार देह – स्थूल, लिंग, कारण व महाकारण, ब्रह्मांड (= सृष्टिविस्तार) त्याचे चार देह – विराट, हिरण्यगर्भ, प्रकृती, महामाया.

(मुकुंदराज – विवेकसिंधू – अ. ६ व १२)

(उद्धृत – शेणोलीकर १९६–१९७)

(३) नवविधा भक्तीचा उल्लेख भागवतामध्ये प्रल्हादाच्या कथेमध्ये आला आहे. प्रल्हादाचा पिता हिरण्यकशिपू हा विष्णुद्वेष्टा असुर होता. राजनीतिशास्त्र शिकण्यासाठी त्याने प्रल्हादाला असुरगुरूंच्याच स्वाधीन केले. परंतु प्रल्हादाची उपजत प्रवृत्ती भगवद्भक्तीकडे होती. त्यामुळे ती राजनीती शिकूनही तो तिच्यापासून दूरच राहिला. 'गुरूकडून काय शिकलास?'' या पित्याच्या प्रश्नाला उत्तर देताना प्रल्हाद म्हणतो,

श्रवणं कीर्तनं विष्णो: स्मरणं पाद सेवनम् ।
अर्चनं वंदनं दास्यं सख्यमात्मनिवेदनम् ।। (भागवत ७.५.२३)

हीच ती प्रसिद्ध नवविधा भक्ती.
हिचाच कमीजास्त विस्तार संतसाहित्यात भेटतो.

(४) तुकोबांचा एक अभंग संवादात्मक आहे. त्यातही प्रस्तुत कथेसाठी स्वीकारलेल्या अभंगातील सूचित विचाराशी समांतर असणारा विचार पुढीलप्रमाणे आला आहे.

> 'देव घ्या कोणी देव घ्या कोणी।
> आयता आला घर पुसोनी।।'
> 'देव नलगे देव नलगे।
> साटवणेचे रुधले जागे।।' (१००९)

तुकोबा घरोघरी देव विकण्यास जातात. पण असा आयता दारावर आलेला देवही घेण्यास कुणी तयार नाही.

का? तर, (लोक म्हणतात), ''आमच्याकडच्या सामान साठवून ठेवण्याच्या सर्व जागा आधीच भरून गेल्या आहेत. मग कुठे ठेवणार देव?''

यावर भाष्य करण्याची आवश्यकता नाही.

(५) येथेच महानुभावीय साहित्यातील दृष्टान्तपाठामधील एका कथेचे स्मरण होते. गोष्ट आहे लहान मुलाला कडेवर घेऊन तूपभात भरवणाऱ्या आईची. ते पोर दिवसभर अरबट- चरबट खात असते. मग तूपभात भरवताना तोंड दूर नेते. कारण त्याला भूक कुठून असणार? येथे एक सुंदर वाक्य आहे. 'बीढारावरी काइ बीढार असे.' प्रपंचविषयांनी मनात बिढार थाटले असेल तर तेथे परमार्थाला जागा कुठून उरणार? (दृष्टान्त पाठ – २५) (या दृष्टान्ताचा लीळाचरित्रातील संदर्भ – लीळाचरित्र – (उत्तरार्ध ४८०))

(६) निवेदित कथेतील काही शब्द कल्पनांचे संदर्भ –
- – इंद्रिये चोरून ठेवावी. (ज्ञान. ६.२३), सपील वासरे = गायीचे संपूर्ण दूध पिणारी वासरे. (ज्ञान. ९.२१४) संवादाचा सुवाओ (ज्ञान. ९.२८)

२९. देव तारी...

ऐका, परमेश्वरा तुमची कृपाकहाणी

हिरवे हिरवे रान. भले वृक्ष. लोंबत्या वेली. गवताची कुरणे गार गार, मऊ मऊ गवताची. दर्भांचे अंकुर काढून टाकलेले. आश्रमीच्या ऋषिकुमारांनी यज्ञासाठी नेले. म्हणूनच ही हरिणे, त्यांची पाडसे कशी नि:शंकपणे हिंडत आहेत. ना कुसळांची टोचणी.

पण कोण आला हा? पारधी? हाती जाळे. सोबत कुत्रे. पकडणार की काय हा हरिणांना?

होय देवा, ठाऊक आहे मला, हरिणांना पुरे केवळ गवताची काडी, माशांना हवे फक्त पाणी आणि संतांना? त्यांना पुरे केवळ संतोष.

पण देवा, या जगात पारधी आहेत, कोळी आहेत, संतांना उगीचच त्रास देणारे विघ्नसंतोषीही आहेत.

याचाच का हा प्रत्यय देताहात देवा?

पहा, त्या हरिणांना कसे कोंडून ठेवले आहे त्या पारध्याने! एका बाजूला त्याने पालापाचोळा पेटवून जणू वणवा लावला आहे. दुसरीकडे त्याचे ते कुत्रे आहेतच. टपून बसलेले. आणि त्याने जाळेही ठेवले आहे पसरून.

ही हरिणी अशी स्तब्ध बसून का राहिली आहे? तुमचीच का करुणा भाकते आहे? ऐका, देवा.

''राम कृष्णा हरी गोविंदा केशवा। देवाचिया देवा पावे आतां।।'' तिची श्रद्धा तुमच्या अथांग करुणेवर.

भले केले, देवा. अचानक पाऊस. वणवा विझला. हा कोण पळाला बिळातून? ससा?

छान देवा, छान. ते कुत्रे पळाले त्याच्या मागे.

डोळे डबडबले आहेत त्या हरिणीचे. तुझ्या कृपेचा गहिवर, केली देवा तुम्ही त्या हरिणीला मुक्त. रानी पळाली घेऊन त्या पाडसांना.

हे व्याधा, घे आता गुंडाळून तुझे जाळे. नको बाबा, पुन्हा घेऊस कधी निरागसांचे जीव.

बघ. ती हरिणी गेली क्षितिजापार. दिसते आहे कारे तुला तिच्या उड्यांची कमान?

अरे, बघ ते देवाच्या दयेचे इंद्रधनुष्य. घे त्यावरील करुणेचा शर अंगावर. असा वेधयोग वारंवार येत नसतो.

देवा, हे सारे कशासाठी सांगतो आहे तुम्हाला? हे तर तुम्हीच केलेले.

पण देवा, या आपल्या प्रेमाच्या गुजगोष्टी हो. जशा आठवल्या, जशा सांगता आल्या, तशा सांगितल्या हो तुम्हाला.

तुम्ही गोड मानून घ्यालच.

टिपा :

(१) संदर्भ - तुकोबांचा अभंग -

''एक प्रेमगुज ऐके जगजेठी...'' (६७८)

- ह.भ.प. विष्णुबुवा जोगांच्या गाथ्यात हा अभंग 'क्षेपक' म्हणून दिला आहे. (१७३)
- तुकोबांच्या जीवनात दुःखाचे प्रसंग अनेक आले. पण त्यांची विठ्ठलावर दृढ श्रद्धा होती. त्यामुळे त्यांच्या चित्ताचे समत्व कधी ढळले नाही. काही झाले तरी तो कृपाळू भगवंत आपल्याला तारून नेईल, ही जाणीव जशी त्यांच्या आत्मपर तशीच त्यांच्या कथात्मक अभंगांतही व्यक्त झाली आहे.

(२) ''विठ्ठल नावाडा फुकाचा। आळविल्या साटीं वाचा।
तुका म्हणे भेटी। हाक देतां उठाउठी।। (७५२)

हाच दृढभाव व्यक्त करणाऱ्या आणखी काही कथा-

- १ - उपमन्यूची कथा (४४९३)२ - भक्त दामाजीचे चरित्र (४३५६)
- ३ - पक्षीव पारधी (६०७)

(या क्र. ३ च्या कथेचा उल्लेख दि. के. बेडेकरांनी सर्वांत 'प्राचीन लघुकथा' म्हणून केल्याची नोंद प्रस्तावनेत केलीच आहे.)

(३) निवेदित कथेतील काही आधार

– ‘‘एते चार्वागुपवनभुवि छिन्नदर्भांकुरायां, नष्टाशंका हरिणशिशवो मंदमंदं चरन्ति ।।’’ (शाकुंतल १.१५)

मृगमीनसज्जनानां तृणजल संतोष विहितवृत्तीनाम्।
लुब्धकधीवर पिशुना निष्कारण वैरिणो जगति।। (नीतिशतक ५०)

हाच आशय तुकोबांच्या एका अभंगातही आला आहे. (१७२१)

(४) तुकोबांना संस्कृत चांगले येत होते. पहा – ‘‘संत तुकारामांचा अभ्यास’’ – रा. शं. नगरकर. (२००२)

३०. विठो पालवीत आहे

कुठे निघाले तुकोबा? कुणाला भेटायला? विठ्ठलाला?

नेहमी कटीवर ठेवलेले हात; ते त्याने काढलेले पाहिले आहेत का कधी कुणी?

पण तुकोबांनी पाहिले... अहो त्यांचे 'अत्यंती देखणे.'

'उभारोनी बाहे, विठो पालवीत आहे...!'

म्हणून का निघाले आहेत ते? थकलेले वाटतात का? पावले कशी मंद मंद पण निर्धाराची? का लगबग आनंदाची?

सुखी बालपण. वाण व्यवसाय. घरी सारीच होती. पाठीशी विठोबा – कुलदैवत. काळजी त्याला.

पण मग एकेक दिवस असा उगवला की कालचा बरा म्हणावा. गेले अवघे आप्त. खांद्यावर आले प्रपंचाचे ओझे.

दुष्काळ. बरे घरही भुकेने व्याकुळले. डोळ्यांसमोर बायको अन्न अन्न करीत जावी?

व्यवहार-व्यवसाय कुठला राहणार? देणी वाढली. घेणी थंडावली, काय करावे? कोठे जावे?

अशा वेळी गांजून-गंजून-संपून जावे तुमच्या आमच्या सारख्यांनी.

''विठो पालवीत आहे...''

'देव भक्ताला कधी धड संसार करू देतो का? कुणी गुंतलाच त्यात तर तोच घेतो आवरून. भक्त धनी झाला तर अंगी भरेल ताठा; म्हणून ठेवतो त्याला करंटा. भक्त सदैव सुडके. बाईल गुणी-गरीब दिली तर लागेल तिच्याच नादाला, म्हणून देतो कर्कशा.'

हे तुकोबांनाच कळणार.

''बरे केलेस हो देवा. दिवाळे निघाले. बाईल मेली. आता विठो, तुझे माझे राज्य.''

''विठो पालवीत आहे...''

अंतरींची ज्योती होती मुळीचीच. पण काजळली होती. विठोने हलविला पालव, काजळीचा नुरला लव.

विठो बोलतो संतमुखे...

''अरे, ज्ञानज्योतीकडे जा. नको घेऊ या इंद्रियांच्या दारांनी काही आत. घे रानाकडे धाव. नको जनसंपर्क, ये जा कर पण प्रवासाचा प्रवास कर. पाहुणा बिढारी असावा तसा घरी उदासु रहा. झाडातळी थोडावेळ थांबावे तसेच घरी विसावावे. जेवढी आस्था त्या सावलीची तेवढीच ठेव स्त्रीची. संतती गोरुवें रुंखातालिं बैसली.''

''डोंगर दऱ्या हेच घर. जलाशय भेटला तर तेवढ्यापुरता. नको नगर-शहर. एकांताची प्रीती. जनपदाची खंती. असे असावे.''

तुकोबांना कळले.

''विठो पालवीत आहे...''

भांबागिरीकडे येरझार. वृक्षवल्ली झाली सोयरी. पक्षी संवादती सुस्वरे. ना संमर्दाचा गुण; ना संपर्काचा दोष. कशाला हवे घर? वर आकाश. खाली पृथ्वी, एक वाकळ, एक कमंडलू, वारा सांगतो काळवेळ, माझा मीच बोलणारा ऐकणारा.

मनाशी संवाद -

''इंद्रियांना आवरलेस ना? त्यांहून हे मन श्रेष्ठ. त्याला आवर. मग बुद्धीची कर सोडवण... भेटेल मग 'तो'... होय 'तोच.' विश्रब्ध बैसले तुकोबा शुद्धबोध सिंहासनी भेटला तो विठो.

''मुक्ती नोवरी केली. आता चार दिवस खेळी मेळी.''

''विठो पालवीत आहे...''

एकल्या नव्हे खेळ चांग. कीर्तन - देवभक्त नाम - त्रिवेणी संगमी स्नान.

नामदेव विठोसह? आजवरचे जीवन होते एक स्वप्न. त्यातून जागे केले नामदेवाने. म्हणाले ''कर अभंग.''

नामदेवांना खेचर गुरू. त्यांनी भेटविला विश्वविठ्ठल. येथे चैतन्य गुरू. 'राम कृष्ण हरी...' हा मंत्र दिला. ''नामा तो विठ्ठल, विठ्ठल तो नामा.'' त्यानेच केले जागे.

''विठो पालवीत आहे...''

''स्त्रीपुरुष नामभेदें। शिवपण एकलें नांदे ।।

जैसी सूर्यीं मिरवे प्रभा। प्रभे सूर्यत्वाचा गाभा ।।''

कवी – त्याचे अभंगबोल. म्हणजेच

शिव–चिद्–त्याचाच विलास – हे अनुभवले तुकोबांनी. चहू दिशांना पसरला प्रकाश. कुणाकुणाला उजळू मिळाला. कुणाकुणाला तो जाळूही लागला.

"पतंगा नावडे वाती। खद्योता भानूची खंती।"

जन जे दंभदर्पी होते ते क्रुद्ध झाले. धर्मध्वजी, उत्सेकी जन्मबळावर बळी झाले. "हा शूद्र आणि अर्थ लावतो वेदांचा. म्हणतो आम्हाला भारवाही. कारे कसले रे तुझे हे कवित्व?"

"विठो पालवीत आहे..."

"नव्हे माझी वाणी पदरीची. मी कुठे काय बोलतो? तो विठूच सांगतो आहे. मला कुठे येते कवित्वाची युक्ती? मज बोलवितो गोविंद. मी फक्त मापारी."

"रे थापाड्या, उगा का नाव घेतोस त्या काळ्याचे? त्याचे हात कमरेवर आहेत तेच ठीक. घेतले न काढून तर हाणील तुझ्या थोबाडात.

कर पाहू सत्यक्रिया."

– जलदिव्य, जे होते त्याचे ते त्यानेच उदकी राखले.

"विठो पालवीत आहे..."

"उद्धवा, या अवघ्या त्रिभुवनी मज कर्तव्यता नाही. तरीही मी जन्म घेतोच ना? कर्म करतोच ना? आता हे काम तुझ्याकडे. मी जातो निजधामी. आता तुझ्यावर सोपविले आहे सारे. अभेदभक्ती, वैराग्य, ज्ञान – स्वयें आचरावें व इतरेजन देखीं लावावे."

"कथा त्रिवेणीसंगम। देव भक्त आणि नाम।"

सांगणे सुरू झाले...

अगदीच आगळे–वेगळे सांगणे. कपट नाही. लोकांना भुलविण्याचा धंदा नाही. जडीबुटीचा उद्योग नाही. ना कुठला चमत्कार. ना शिष्यांचा गोतावळा. ना गुरुत्वाचा दर्प, मी नि:स्पृह असाही डांगोरा नाही. ना मठ, ना वतन, ना जमीन, ना इनाम, ना उपकरणे मांडून पूजेचा पसारा. ना वेताळ, ना भैरव. ना खाणाखुणा, ना भविष्य. ना पुराणींची वांगी पुराणीं.

पोत पाजळून उदो उदो नाही. मस्तकी भणदे घेऊन त्यात गुग्गुळ जाळण्याचे अघोर कर्म नाही. घटपटादी कोरडे वाद नाहीत. करंटे पांडित्य नाही. गोमुखी जपाचे ढोंग नाही. आगमीचे वामाचार नाहीत...

अहो, या अवघ्या वाटा नरकाच्या. त्या वाटेने तुकोबा जाणार कसे?

कीर्तन केवळ विठ्ठलाचे. त्याचेच रूप. त्याचाच रंग.

''विठो पालवीत आहे...''

कीर्तने. तुकोबा त्या विठोचे गाढे वीर. केले प्रहार अभक्तांवर. शरसंधान अंधश्रद्धांवर.

शब्दांचीच शस्त्रे.

हाती घेऊन बाण फिरू लागले तुकोबा गावोगावी.

पोटभरू भटभिक्षुक, भगवे गुरू, उदरपरायण पुराणिक, नवससायासांनी अज्ञजनांना विकल करणारे व्रताचारी, ते जोशी, ते पंडितब्रुव असा अवघ्यांचा वेध घेतला.

''विठो पालवीत आहे...''

''जाखाई, जोखाई, मायराणी, मेसाबाई, लाडूमोदकांचा काळ असा गणोबा, मद्यमांसाच्या रंडीचंडी, रोटीसुटीचा खंडोबा, मुंज्या म्हैसासुर, वेताळे फेताळे... जळो अवघ्यांचे तोंड.'' पण ऐकून कोण घेणार हे? मग पुन्हा सुरू झाला भद्र लोकांचा अभद्रमार्गी छळ.

कारे बाबा विठो, असे का व्हावे? कीर्तनवेळे हे रळेपळे कशासाठी?

''विठो पालवीत आहे...''

तुकोबांना उमगले. संपले येथील कार्य.

'जनहो, मी चाललो पंढरपुरा... तीच माझी वाराणसी, चंद्रभागा – तीच गंगा. पैल आले हरी. ना भी ना भी भक्तराया.

करा आता माझी बोळवण. जा येथूनच माघारी. नका येऊ माझ्या मागे. कल्याण असो तुमचे. तुम्हीच केले आजवर पालन पोषण. तुम्हीच दिले मज देवाहाती. जातो आता त्याच प्राणेश्वराकडे.

नका धरू माझा लोभ. नका करू प्रेम. ही भेट अखेरची. 'विठ्ठल विठ्ठल' बोला वाणी... जातो आता निजधामी.'

...कुडीसहित झाला तुका गुप्त.

टिपा :

(१) काही संदर्भ

तुकाराम - विठो पालवीत आहे (२२९९)

बालपण, कुलदैवत, दुष्काळ, पत्नीचा मृत्यू इ. (१३३३, १३३४)

'अत्यंती देखणे' – 'देखण्याच्या तीन जाती. वेठी वार्ता अत्यंती ।।'' (१३२३)

देव भक्ताला कधी धड संसार करू देतो का? (३०५१)

तुलनार्थ – भागवतातील सुदामचरित्र, दरिद्री सुदामा द्रव्याच्या इच्छेने द्वारकाधीश श्रीकृष्णाकडे गेला. पाहुणचार उत्तम झाला. पण घरी परतताना श्रीकृष्णाने

त्याला रिकाम्या हातीच पाठविले. परतीच्या वाटेवर असताना तो म्हणतो, ‘‘हा दरिद्री ब्राह्मण द्रव्य मिळाले की उन्मत्त होईल व देवाला विसरेल, यासाठी त्या दयाळू परमेश्वराने मला रिकाम्या हाती परत पाठविले असावे.’’ (भागवत १०.८१.२०)

- भांबागिरी, वृक्षवल्ली, (१३१६, २४८१)
- कथाकीर्तन - (२३५७)
- कवित्वाची स्फूर्ती, गुरूपदेश - (१३२०-२१, ३६८)
- धर्मध्वजी = धर्माचरणाचे ढोंग करणारे.
- उत्सेकी = उर्मट, गर्विष्ठ
- मज विश्वंभर बोलवीतो.... (१००७)
- जलदिव्य - (२२४१)
- कीर्तनातील बोध - भूमिका (२७२) (५२०, ८३४)
- क्षुद्र देवता निषेध - (२३८४) भोंदू गुरू (२८५४ ते २८५७)
- शाक्त - (७९० ते ७९६)
- रळेपळे (= थट्टा व गोंधळ) (१५०५)
- निरोप - (१५९६, १६०३, ४४७१, १६०६)

ज्ञानदेव - गीता (अ. १३. ८ ते १०) ज्ञानलक्षणे

ज्ञानदेवी - (१३. ५१३, ५१७, १८, ५९२ ते ५९५ व ६१० ते ६१२) + (३.२६३-६४)

अमृतानुभव - (१.१७, १.२५)

एकनाथ - उद्धवाला अखेरचे सांगणे - (ए.भा. २९.८०७ ते ८१०)

(२) आधार ‘अंधश्रद्धा निर्मूलनाचे आद्य प्रवर्तक संत तुकोबा.’ - प्रा. म. वा. धोंड यांचा लेख. (दीपावली २००५)

संदर्भसूची

(आधारासाठी व संदर्भासाठी घेतलेले ग्रंथ, ग्रंथकार, संक्षेप संकेतांसह अकारानुक्रमे)

(१) प्रा. अर्जुनवाडकर कृ. श्री. – गीतार्थदर्शन (१९९५)

(२) आनंद रामायण – (चौखंबा. दिल्ली.) (२००३)

(३) आवलगावकर – प्रा. रमेश वामन; 'महानुभावांची अन्वयस्थळे' (१९९६)

(४) इर्लेकर – डॉ. सुहासिनी; १. 'नाथांचे रुक्मिणीस्वयंवर' (१९८५) २. नामदेवकृत ज्ञानदेवचरित्र (१९९५)

(५) उपनिषदे – छांदोग्य, कठ, बृहदारण्यक, प्रश्न इ. सं. सदाशिवशास्त्री भिडे. (१९२९ ते १९३२)

(६) दृष्टान्तपाठ – १. सं. डॉ. शं. गो. तुळपुळे व कुमुदिनी घारपुरे (१९६६) २. श्री. रा. शं. नगरकर – (दु.आ. २०००)

(७) एकनाथ – अभंग – सकल.
रू. स्व. – इर्लेकर
ए.भा. – एकनाथी भागवत (सार्थ) भाषांतरकार – विष्णुशास्त्री बापट (दु.आ. १९६६)

(८) कल्हण – राजतरंगिणी – मराठी भाषांतर – माधवराव लेले (१९२९)

(९) काणे – म. म. पां. वा. 'धर्मशास्त्राचा इतिहास' (पूर्वार्ध व उत्तरार्ध) सारांशरूप ग्रंथ – यशवंत आबाजी भट (१९६७)

(१०) कानडे – नगरकर – डॉ. कानडे मु. श्री. व श्री. नगरकर रा. शं. 'संत नामदेवांचा सार्थ चिकित्सक गाथा' (२००५)

(११) कुळकर्णी व.दि. (लेख) संगृहीत – 'ज्ञानेश्वरी व विसावे शतक' सं. डॉ. स्नेहल तावरे (१९९०)

(१२) खंदारकर – ह.भ.प. वै. शंकरमहाराज, 'श्री तुकाराम महाराज गाथा भाष्य'

(भाग १ व २) (२००३)

(१३) खानोलकर - गं.दे. 'मराठी वाङ्मयकोश' (खंड पहिला) (१९७७)

(१४) गाडगीळ - डॉ. स. रा. 'वैदिक यज्ञ, मध्ययुगीन तंत्रसाधना आणि ज्ञानेश्वरप्रणीत भक्तियोग' (१९७९)

(१५) जोग द.वा - शंकराचार्यकृत भगवद् गीताभाष्य - (१९७२)

(१६) जोग विष्णु बुवा - सं. सार्थ श्री. तुकारामाची गाथा. (भाग १ व २) (दु.आ. १९२६)

(१७) जोशी ग. ना. डॉ. - 'भारतीय तत्त्वज्ञानाचा बृहद् इतिहास' (खंड ६) (१९९४)

(१८) जोशी लक्ष्मणशास्त्री, तर्कतीर्थ, - 'वैदिक संस्कृतीचा विकास' (दु.आ. १९७२)

(१९) टिळक - लोकमान्य बा. गं. - गीतारहस्य (१९१५)

(२०) ढेरे रा. चिं.

   (१) कल्पद्रुम - 'कल्पद्रुमाचिये तळीं' (१९९०)

   (२) खंडोबा - दक्षिणेचा लोकदेव श्रीखंडोबा (२००२)

   (३) देव्हारा - महाराष्ट्राचा देव्हारा (१९७८)

   (४) नामदेव - भक्तनामदेव एक विजय यात्रा (सह.संपादक अ. प्र. कामत)

   (५) बाळक्रीडा - 'मुरारिमल्लविरचित बाळक्रीडा (१९७०) (सहसंपादक - मो. वा. वाळिंबे १९७७)

   (६) लोकदैवतांचे विश्व - (१९९६)

   (७) लोकसंस्कृतीचे उपासक (१९९६)

   (८) श्रीकृष्णचरित्र - 'श्रीचक्रधरनिरूपित - (संपादक) (१९७३)

(२१) तळघट्टी, डॉ. शं. रा. 'श्रीमद्भागवत आणि मराठी संत' (२००६)

(२२) तुकाराम - पु. मं. लाड संपादित अभंग गाथा. शासकीय प्रत - (१९५५)

(२३) दासबोध - सं. प्रा. बेलसरे के. वि. (१९८१)

(२४) धोंड प्रा. म. वा.

   (१) 'ऐसा' - 'ऐसा विटेवर देव कोठे?' (२००१)

   (२) 'लावणी' - मऱ्हाटी लावणी (दु.आ. १९८८)

   (३) 'लौकिक' - ज्ञानेश्वरीतील लौकिक सृष्टी' (१९९१)

   (४) 'स्वरूप' - 'ज्ञानेश्वरी - स्वरूप, तत्त्वज्ञान आणि काव्य (१९८०)

(२५) नगरकर - श्री. रा. शं.

(१) भागवतपुराण आणि ज्ञानेश्वरी (१९९३)
(२) संत तुकारामांचा अभ्यास (२००२)
(२६) नसिराबादकर - डॉ. ल. रा. (लेख) - संगृहीत 'अनुभव तुकोबांचा' सं. डॉ. हे. वि. इनामदार (१९९४)
(२७) नामदेव - शासकीय गाथा - १९७० (कुटुंबीयांच्या रचना, जनाबाई व परसाभागवत यांसह)
(२८) नामदेवदर्शन - संपादक - प्रा. नि. ना. रेळेकर, डॉ. हे. वि. इनामदार व प्रा. नि. धों. मिरजकर (१९७०)
(२९) पंचपदवी ज्ञानदेवी - प्रा. मा. ना. आचार्य (२००३)
(३०) पंचोपाख्यान - संपादक वि. भि. कोलते (१९७९)
(३१) पांगा. ह.भ.प.ल.रा. पांगारकर - 'श्री समर्थ ग्रंथ भांडार' (ति. आ. १९८९)
(३२) पेंडसे - डॉ. शं. दा.
(१) महाराष्ट्राचा भागवत धर्म - 'ज्ञानदेव आणि नामदेव' (१९६९)
(२) साक्षात्कारी संत तुकाराम (दु. आ. १९८२)
(३३) फडकुले - डॉ. निर्मल कुमार - 'संत चोखामेळा आणि समकालीन संतांच्या रचना' (१९९३)
(१९९२ ची पु. मं. लाड स्मारक व्याख्यानमाला)
(३४) फाटक - प्रा. न. र. 'श्री एकनाथ वाङ्मय आणि कार्य' (१९५२)
(३५) बुल्के - फादर कामिल. 'रामकथा - उत्पत्ति और विकास' छठा संशोधित संस्करण (२००२)
(३६) भा. श्रीमद्‌भागवत - (यंदे प्रत) भाग १ ते ११ (१९२६ ते १९२९)
(३७) भागवत - राजारामशास्त्री, निवडक साहित्य (खंड १) (सं. दुर्गा भागवत) (१९७९)
(३८) भा. रा. - भावार्थरामायण - एकनाथकृत - (सं. नरहरि विष्णुशास्त्री पणशीकर) (१९६८)
(३९) भावे - विनोबा - 'नामदेवांची भजने' (दु.आ. १९४६)
(४०) महाभारत - भांडारकर प्रत (१९७१)
(४१) महीपती - भक्तविजय (१७६२)
(४२) मोरोपंत - आर्याभारत - कर्णपर्व - (मुंबई विद्यापीठ प्रत)
(४३) मोरे - डॉ. सदानंद (१) तुकारामदर्शन - (१९९६) (२) त्रयोदशी - (१९९५)

(४४) राजशेखर – 'कर्पूरमंजिरी' – इंग्लिश आवृत्ती प्रा. न. गो. सुरू (१९६०)

(४५) लीळाचरित्र – सं. वि. भि. कोलते (१९७८)

(४६) लेले – गंगाधर वामन 'प्रस्थानभेद' (प्राज्ञपाठशाला प्रकाशन) १९८२

(४७) लोकहितवादींची शतपत्रे – सं. श्री. रा. टिकेकर (१९४०)

(४८) वा. रा. वाल्मीकिरामायण – सं. श्री. दा. सातवळेकर (भाग १ ते १०) (१९४१ ते १९६०)

(४९) शेणोलीकर प्रा. ह. श्री. 'मराठी संत : तत्त्वज्ञान संज्ञाकोश' (१९९४)

(५०) श्रीधर – हरिविजय (१७०२) रामविजय (१७०३)

(५१) सकल. सकल संत गाथा – खंड १ व २ सं. का. अ. जोशी (१९६७)

(५२) सुधारक (खंडकाव्य) – माधव ज्यूलियन (द्वितीयावृत्ती १९४४)

(५३) स्मृतिस्थळ – सं. वा. ना. देशपांडे (१९३९)

(५४) ज्ञान. ज्ञानदेवी – सं. अरविंद मंगरूळकर – वि. मो. केळकर (मुंबई विद्यापीठ प्रत) खंड १ ते ३. (१९९४)

लेखक परिचय

प्रा. माधव ना. आचार्य (११ सप्टेंबर १९३१)

चौल, ता. अलिबाग, जि. रायगड, ४०२२०३

मराठीचे सेवानिवृत्त प्राध्यापक

प्रकाशित ग्रंथ

स्वतंत्र

१) अनुषंग (१९८१)

२) मराठी व्याकरण विवेक (१९९०, २००१)

३) ज्ञानमयूरांची कविता (१९९३)

४) आर्याभारत : नवदर्शन (१९९७)

५) पञ्चपदवी ज्ञानदेवी (२००३)

६) ध्वनिताचें केणें (२००८)

संपादित

१) मोरोपंतांची सतीगीते (१९८५, १९९४)

२) मोरोपंताविरचित संशयरत्नावली (१९८५)

३) मोरोपंतकृत श्लोककेकावली (१९९४)

प्राप्त पुरस्कार

मराठी व्याकरण विवेक (म.रा.सा.सं. मंडळ, २००१-०२)

श्लोककेकावली (महाराष्ट्र ग्रंथोत्तेजक संस्था, पुणे)

पञ्चपदवी ज्ञानदेवी – पुणे विद्यापीठ – डॉ. मु. श्री. कानडे प्रकाशन पुरस्कार

ज्ञानप्रबोधिनी (निगडी, पुणे) संतसाहित्य पुरस्कार

म. रा. सा. सं. मंडळ (२००३-०४)

ध्वनिताचें केणें – मराठी अभ्यास परिषद, पुणे, महाबँक पुरस्कार (२००९)

स्नेहवर्धन प्रकाशन– प्र.न. जोशी – संतसाहित्य पुरस्कार (२०११)

अन्य सन्मान

मुंबई विद्यापीठ – विल्सन फिलॉलॉजिकल लेक्चर्स (१९९८)

मुंबई विद्यापीठ (मराठी विभाग) – 'ज्येष्ठ नामवंत संशोधक' म्हणून

कै. अ. का. प्रियोळकर स्मृतिपुरस्कार